DerekPrince

`I0191312`

PAANO MAKAKALAYA
MULA SA MGA SUMPA
PATUNGO SA PAGPAPALA

DEREK PRINCE MINISTRIES – ASIA/PACIFIC

HOW TO PASS FROM CURSE TO BLESSING

Published by Derek Prince Ministries-Philippines
dpmphilippines@yahoo.com

All rights reserved. B91/3000/Tagalog (TGL)/DPPH
All Scripture quotations are from the King James Version
(KJV) of the Holy Bible.

Cover Design: DPM-Asia/Pacific

DPM-PHILIPPINES
Phone: +63 56 211 0294 or +63 09 1659 42114
Email: dpmphilippines@yahoo.com

Distributed by: Praise Inc.
145 Panay Avenue,
1103 Diliman, Quezon City, Philippines
Ph: +63 9178141471

Derek
Prince
MINISTRIES ASIA-PACIFIC

www.derekprince.co.nz

Mga Nilalaman

Panimula   **8**

Unang Bahagi: Ang Katotohanan Ng Mga Pagpapala at Sumpa

1. Paano Binago Ng Diyos *Ang* Aking Kaisipan   **9**
2. Paano KumikilosAng Mga Pagpapala At Mga Sumpa   **16**

Ikalawang Bahagi: Pinagmumulan Ng Mga Sumpa   **26**

3. Ang Diyos Bilang Pinanggagalingan Ng Mga Sumpa   **27**
4. Mga Sumpang Mula Sa Mga Taong May-kapangyarihan   **43**
5. Sariling Pagsumpa at Madamdaming Usapan   **54**
6. Pitong Palatandaan ng Sumpa   **66**

Ikatlong Bahagi: Paano Makalaya   **70**

7. Ang Banal Na Palitan   **72**
8. Pitong Hakbang Upang Makalaya   **78**
9. Mula Sa Anino Papunta Sa Sikat Ng Araw   **86**

Pagpapahayag Ng Pagtitiwala Sa Proteksyon Ng Diyos   **94**

Appendix A   **96**
Appendix B   **104**

Panimula

Sa aking paglalakbay at paglilingkod sa maraming panig ng mundo, napansin ko ang dalawang katugunan sa mga super-natural na pangyayari. Mahaba na rin ang panahon na naimpluwensyahan ang Kanluran ng mga maka-siyentipikong pananaw at mga pangangatwiran, kaya naman ang marami sa mga tao dito ay hirap tumanggap ng anumang hindi kayang tanggapin ng mata, taynga, ilong, dila at pandama. Marami ang hindi nakakaalam na ang mga dimensyong super-natural ay maaaring magdulot ng mabuti o masamang impluwensya sa kanilang pang-araw-araw na pamumuhay.

Sa kabilang banda, karamihan sa mga mamamayan sa halos lahat na lang ng lugar sa mga bansang di-Kanluran, sa malalaking syudad o maging sa mga barangay man, ay naniniwala sa mga dimensyong super-natural at hindi ito pala-palagay lamang. Oo nga't mas mainam ang may kamalayan sa mga bagay na ito kaysa naman sa kawalan ng kaalaman, marami pa rin ang namumuhay sa takot, kung paano nila haharapin ang araw-araw na realidad ng mga ito. Pero, ang positibong bahagi naman nito, nangangahulugan ito na ang mga tao ay bukas na bukas sa kapangyarihan ng Diyos na magdadala sa kanila sa kalayaan mula sa pagkaka-alipin.

Ako ay naniniwala na ang mensaheng ito na kung paano ang mga tao ay makakalaya mula sa sumpa patungo sa pagpapala ay makakatulong ng malaki sa marami, saan man sila naninirahan at anuman ang kanilang pinanggalingan. Maraming taon ko na itong napatunayan. Taglay ng mensaheng ito ang kapangyarihang makakapagpa-bago ng buhay, ng mga sambayanan, ng mga iglesya, pati na ang kabuuan ng mga bansa.

Naniniwala akong maraming tao ang hindi talagang lubos na nakakaunawa kung bakit may mga binubuno sila sa kanilang buhay. Sa bawat pagkakataon na halos magtatagumpay na sila, para bang mayroong humahadlang at pinipigilan na sila ay makapagtagumpay. Mayroong humahadlang para maging buo ang kanilang pagkatao, para ganap nang lumaya, para lubusan nang makapaglingkod sa Diyos ayon sa nais nila. Hindi man nila lubos na makita o matukoy ang mga ito, naniniwala ako na ang kanilang kalaban ay isang sumpa na nasa kanilang buhay.

Mula sa Bibliya, ipapakita ng aklat na ito kung paano gumagalaw ang mga sumpa, saan ang mga ito nanggagaling, paano lubos na mapapalaya ang mga tao mula sa mga ito at kung paano mararanasan at masaganang matatamasa ang buong pagpapalang inilaan ng Diyos para sa kanila.

Unang Bahagi

Ang Reyalidad ng mga Pagpapala at mga Sumpa

Patuloy ka bang natatalo ng mga karamdaman, matitinding pangangailangan sa pera o dili kaya'y mga magugulong relasyon? Ikaw ba o sinuman sa pamilya mo ay palagi na lamang nasasangkot sa mga aksidente? Nagtataka ka ba kung bakit may mga taong halos lahat na lang ng tagumpay at kaligayahan ay nasa kanila na kahit di naman talaga nila halos pinag-ta-trabahuhan ang mga ito?

Sa aking paniniwala, mayroong dalawang pwersang kumikilos sa bawat buhay: pagpapala at sumpa. Ang isa ay kapaki-pakinabang, ang isa naman ay nakasasama. At para matamasa ang mga pakinabang mula sa mga pagpapala ng Diyos at para ma-protektahan tayo mula sa mga sumpa, kailangan nating unawain kung paano gumagawa ang mga pwersang ito.

Ang sumpa ay hindi pamahiin mula sa tinatawag na "Dark Ages". Maglalahad ako ng mga totoong pangyayari mula sa karanasan ng mga taong namangha sa kanilang natuklasan, na sila pala ay hindi naman biktima ng pagkakataon o dili kaya'y tagapagmana ng kung anong mayroon sa kanilang lahi.

01 | Paano Binago ng Diyos Ang Aking Kaisipan

Dati, hindi ako naniniwala sa reyalidad ng mga pagpapala at mga sumpa, di gaya ngayon. Alam kong mayroong mga konsepto sa Bibliya ngunit wala akong sapat na pagkaunawa sa kahalagahan ng mga nito. May ilang taon na ang nakakalipas, isang insidente ang ginamit ng Diyos upang baguhin ang aking kaisipan.

Kakatapos ko pa lamang magbigay ng mensahe sa isang simbahang "Presbyterian" sa Amerika nang may mapansin akong pamilya – ama, ina at isang anak na dalagita. Narinig ko na parang sinasabi ng Banal na Espiritu sa akin na, "May sumpang bumabalot sa pamilyang iyan." Walang natural na katwiran para isipin ko ito, kaya nilapitan ko ang ama at sinabi sa kanya. "Ginoo, naniniwala akong ipinakita sa akin ng Diyos na may sumpang bumabalot sa pamilya mo. Nais mo bang ipawalang-bisa ko ang sumpa at palayain kayo sa Pangalan ni Hesus?" Agad sumagot siya ng "Oo."
Nanalangin ako ng maikli at simpleng panalangin at kahit wala akong hinipo sa kanila, nakitaan ko ng pisikal na reaksyon ang bawat isa sa kanila nang mabali ko ang sumpa sa kanila.

Pagkatapos napansin ko na ang kaliwang paa ng anak niyang dalagita ay nababalutan ng semento mula sa hita hanggang sa ilalim ng paa.Tinanong ko ang ama, "Nais mo bang ipanalangin ko ang kagalingan ng anak mo?" Ang sagot niya, "Oo", pero kailangan mong malaman na tatlong beses na sa loob ng labingwalong buwan na nabali niya ito at ang sabi ng mga doctor hindi na ito gagaling pa."

Sa ngayon pag may narinig ako ng ganito, alam ko na, na may sumpa na bumabalot sa isang pamilya. Nananalangin lang ako ng simpleng panalangin. Makaraan ang maikling panahon, sumulat ang nanay sa akin, at nagpasalamat tungkol sa nangyari. Sinabi niya na, noong bumalik sila sa klinika, nakita sa x-ray na magaling na ang paa ng kanyang anak at di nagtagal, tinanggal na ang semento sa paa nito.

Sa pagbulay-bulay ko sa aking naranasan, napagtanto ko na ipinapakita ng Diyos sa akin na may sumpang bumabalot sa pamilyang iyon at ginabayan Niya ako na baliin ang sumpa bago pa man ako pinayagan ng tatay na ipanalangin ang kagalingan ng kanyang anak na dalagita. Bakit?
Ang aking konklusyon ay hindi siya gagaling hanggat hindi nababali ang sumpa. Sa madaling salita, ang sumpa ay isang di-nakikitang balakid na pumipigil upang matanggap niya ang pagpapala na nais ibigay ng Diyos sa kanya.

Pagkatapos, nagsimulang makitungo ang Diyos sa akin tungkol sa kabuuan ng mga pagpapala at

mga sumpa. Nagulat ako sa mga sinasabi ng Bibliya tungkol sa mga bagay na ito.
Subalit, sa pangkalahatan, bihira itong nababanggit sa mga sermon.

Isang insidente sa sarili kong buhay ang lalo pang nagpatibay sa realidad ng di-nakikitang daigdig. Noong 1904 isa sa aking mga lolo ang naging kumander ng Hukbong Britanya na ipinadala sa Tsina upang sugpuin ang "Boxer Rebellion". Sa kanyang pag-uwi, may dinala siyang mga palamuti na gawang Tsina, at sa paglipas ng panahon naging pamana ito ng pamilya.

... ang sumpa ay isang di-nakikitang balakid na pumipigil upang matanggap ang pagpapala ng Diyos na nais Niyang ibigay sa kanya.

Matapos mamatay ang aking ina ang ilan nito ay ipinamana sa akin.

Ang pinaka interesadong bagay sa mga ito ay isang tela na may napakagandang burda ng apat na dragon, na ibinitin namin sa dingding ng aming sala. Sa panahong iyon, naramdaman kong may kumukontra sa aking paglilingkod na hindi ko makita kung saan nagmumula. Nakikita ito sa mga ibat-ibang klase ng pagkatalo, pinasiyal na balakid, kabiguan at problema sa komunikasyon. Sa kalaunan, pagkatapos ng matinding pananalangin at pag-aayuno, napansin kong may pagbabago sa aking pananaw tungo sa mga dragon. Tinanong ko ang aking sarili, sino ba ang inilalarawan ng dragon sa Bibliya? Maliwanag na si Satanas.

Napagtanto ko na hindi maganda para sa akin na magkaroon ng bagay na ito sa aming dingding kaya sa huli, sa isang simpleng pagsunod, inalis ko ang mga dragon.

Sa mga sumunod na buwan, nagkaroon ng malaking pagbabago sa aking personal na pananalapi. Sa aking pagbubulay-bulay tungkol sa aking karanasan nakatanggap pa ako ng sariwang pang-unawa sa Deuteronomio 7:25-26 na kung saan nagbigay babala si Moises sa Israel laban sa pagkakaroon ng mga bagay na nag-uugnay sa pagsamba ng mga diyos-diyusan ng bansang Canaan.

> *Sunugin ninyo ang kanilang mga diyus-diyosan. Huwag ninyong pagnanasaan ang mga pilak o ang gintong ginamit sa mga iyon, sapagkat ito ang magiging patibong sa inyo dahil iyon ay kasuklam-suklam kay Yahweh.*
>
> *Huwag kayong mag-uuwi ng anumang bagay na kasuklam-suklam sapagkat iyon ang magiging dahilan ng inyong kapahamakan. Lahat ng tulad ng diyus-diyosan ay sinumpa, kaya, dapat ituring na kasuklam-suklam.*

Sa pagdadala ng imahe ng huwad na diyos sa aking bahay, nailagay ko ang aking sarili at ang aking pamilya sa sumpa. Gaano na lang ang aking pasasalamat sa Banal na Espiritu sa pagbukas niya ng aking mga mata sa kung ano ang nakasalalay.

Simula noon nakita ko ang prinsipyo na nag-uugnay sa pagbuti ng personal kong pananalapi at ang paggaling ng dalagitang bali ang hita. Sa pamamagitan ng panalanging pagpapalaya, dumating ang kagalingan at ang pagpapala sa pananalapi.

Mayroon pa akong isang karanasan na ibabahagi kung saan naglalarawan ng reyalidad ng mga pagpapala at mga sumpa. Noon nang ako'y minsang nasa Timog Afrika, nakilala ko ang isang Hudyong babae na tatawagin kong si Miriam. Siya ay mananampalataya kay Hesus, ligtas na at nabautismuhan ng Banal na Espiritu. Siya ay mataas ang kakayahan at mabuti ang kinikita bilang isang ehekutibong kalihim. Bilang katugunan sa kanyang panalangin, nakapagtrabaho siya sa isang lalake na siya ring president ng kanyang negosyo. Di-naglaon, nalaman niya na ang boss niya, kasama na pati ang mga ehekutibo ng kumpanya, ay kasapi pala sa isang kulto na pinamumunuan ng isang babaeng propeta.

Di-nagtagal, sinabi ng boss niya na, "Ang aming guru ay nagbigkas ng pagpapala sa amin at nais naming emakinilya mo ito para sa amin." Subalit, nang mabasa ni Miriam ito, malayo ito sa pagpapala. Bilang isang ganap na Kristiyano, ipinaliwanag niya sa kanyang boss na pakiramdam niya hindi siya malayang emakinilya iyon.

Maunawain naman ito at humingi pa ng paumahin dahil hindi niya na-isip na magiging labag ito sa kaniyang konsensya.

Subalit, agad na nanigas ang mga daliri ni Miriam sa kanyang dalawang kamay. Hindi niya ito maibuka at hindi siya makapagtrabaho. Napakatindi ng sakit at hindi siya makatulog. Sa pagsusuri ng doctor, ito daw ay "rheumatoid arthritis".

Isang kristiyanong kaibigan ni Miriam na nakapakinig sa aking mga mensahe tungkol sa "Mga Sumpa, Ang Dahilan at Ang Lunas", ay ipinadinig sa kanya ang tatlong "cassettes" at sa punto na kung saan ko ginagabayan ang mga tao sa panalangin ng pagpapalaya sa ano mang sumpang bumabalot sa buhay nila. Bigla na lamang nag bara ang "cassette" at ayaw na ring matanggal.

Sa puntong ito, medyo hindi pa lubos na naniniwala si Miriam, nakinig lang siya upang mapaunlakan ang kanyang kaibigan. Subalit, di-kalaunan, sumang-ayon na rin siyang basahin ang nakasulat na bersyon ng panalangin sa pagpapalaya na dala naman ng kaibigan niya. Sa katapusan ng kanyang pagbabasa nito, ang kanyang mga daliri ay lubusan ng naigagalaw at tuluyan ng nawala ang sakit.

Muli siyang sinuri ng doktor at pinatunayan nito na magaling na nga siya. Alalahin natin, na walang panalanganin na nakatuon sa pagpapagaling, kundi panalangin lamang para sa pagpapalaya sa

sumpa. Kahit saan pa ang ating pinagmulan, napakahalagang maunawaan natin na itong buong nasasakupan ng mga pagpapala at mga sumpa ay hindi isang pamahiin na naiwan mula sa "Dark Ages". Ito ay napakatotoo at nais ng Diyos na ang kanyang bayan ay magkaroon ng maliwanag na pang-unawa sa bagay na ito upang lahat tayo ay mamuhay ng matagumpay, at maranasan ang buong pagpapala ng Diyos.

02 | Paano Kumikilos Ang Mga Pagpapala At Mga Sumpa

Ang pagkilos ng mga pagpapala at mga sumpa sa ating buhay ay hindi nagkakataon lamang o hindi inaasahan. Sa kabilang banda, ang mga pagpapala at mga sumpa ay kumikilos batay sa mga walang hanggan at di-nagbabagong mga panuntunan. Mayroong dalawang pwersa na humuhubog ng kasaysayan: ang nakikita at di-nakikita. Ang ugnayan ng dalawang dimensyong ito ang nagdidikta ng kahihinatnan ng mga pangyayari. Kung itinutuon lamang natin ang ating pansin sa mga bagay na nakikita at kung ano ang natural, kadalasan ay hindi natin maipapaliwanag kung bakit nangyayari ang mga bagay na ito.

Lahat tayo komportable sa natural at pisikal na daigdig at kilalang-kilala natin ito dahil araw-araw dito tayo gumagalaw. Karamihan ng tao ay walang alam sa mga bagay na ito. Subalit, ang Bibliya ay nagpapahayag ng isa pa at di-nakikitang dimensiyon na di-pisikal, kundi espiritwal.

Nagsalita si Pablo tungkol sa parehong dimensiyon sa 2 Mga Taga Corinto 4:18:

> *Kaya't ang paningin namin ay nakatuon sa mga bagay na di-nakikita, at hindi sa mga bagay na nakikita. Sapagkat panandalian lamang ang mga bagay na nakikita, ngunit walang hanggan ang mga bagay na di-nakikita.*

Ang mga natural na bagay ay di nagtatagal; nasa di-nakikitang kaharian lang natin makukuha ang tunay at nanatiling reyalidad. Dito binubuo ang kahahantungan natin.

Ang mga pagpapala at mga sumpa ay parehong naroroon sa di-nakikita at espiritwal na dimensiyon. Pareho itong mayroong "super-natural" at espiritwal na kapangyarihan. Ang pagpapala ay nagdadala ng kabutihan at mga positibong resulta, samantalang ang sumpa ay nagdadala ng masama at negatibong resulta. Pareho itong mahalagang tema sa Bibliya.

Parehong mayroon itong dalawang mahalagang katangian. Una, ang parehong epekto ng mga pagpapala at mga sumpa ay madalas sumasakop ng higit sa isang tao lamang. Ang ibang miyembro ng pamilya, ang kanilang komunidad, tribu, o kahit na ang buong bansa ay maaring maapektuhan nito.

Pangalawa, ang parehong mga pagpapala at mga sumpa ay maaaring magpatuloy mula sa isang henerasyon at sa susunod pa, hangga't walang ginagawa upang mawala ang epekto nito. Samakatuwid, mayroon itong mahalaga at praktikal na ipinapahiwatig. Ang isang tao na dumaranas ng epekto ng alin man sa pagpapala o sumpa ay maaaring hindi matukoy kung saan ito nagmumula, dahil maaaring ang pinagmulan nito ay sa nakaraan o daang-taon na ang lumipas.

Minsan itinuro ko ito sa Adelaide, Australia, at makalipas ang ilang araw, isang ginang ang sumulat sa akin. Ang kanyang mga ninuno ay nagmula sa Scotland, sa lahing kung tawagin ay Nixon. Siya ay mayroong patunay mula sa kasaysayan na dahil sa mga awayan ng lahi ng Scots at Inglis nuong ika-16 na siglo, isinumpa ng Obispo ng Iglesia ng Scotland ang mga Nixon. Napagtanto niya na sa nakaraang apat na siglo, may mga nangyayari sa kanyang pamilya na nagtuturo na ang mga ito ay nagmumula sa sumpang iyon.

Ang mga pagpapala at mga sumpa ay mga salita na nagtataglay ng super-natural na kapangyarihan -- kapangyarihang maaaring mula sa Diyos, o maaaring mula sa Diyablo — at ito ay mga salitang mayroong epekto sa buhay ng mga tao at maaaring tumukoy ng kanilang kahihinatnan. Hindi lang iyon, ang epekto nito ay maaaring magpatuloy mula sa

. . . nasa di-nakikitang kaharian lamang, natin matutunghayan ang tunay at patuloy na realidad."

isang henerasyon hanggang sa mga susunod pa. Subalit, nais kong maging maliwanag sa inyo, na kung may nararanasan kayong epekto ng isang sumpa, ang Diyos ay mayroon nang inilaan na lunas para sa inyo. Hindi na kailangang ikaw ay patuloy pang magdusa dahil sa epekto nito. Ngunit, bago ang lahat, nais kong ibigay ang kabuuang larawan nito.

Ang Diyos Bilang Pinagmumulan Ng Mga Pagpapala

Ang Diyos ay siyang nag-iisang kapangyarihang pinagmumulan ng mga pagpapala, kahit ito ay dumarating sa atin sa pamamagitan ng maraming paraan. Ang unang pagkakataon na makikita natin kung paano umiiral ang pagpapala sa Bibliya ay sa Genesis 22 na kung saan kusang inihandog ni Abraham ang kanyang anak na si Isaac bilang pagsunod sa kagustuhan ng Panginoon. Sa huling sandali, nagbigay ang Panginoon ng tupang lalake bilang kapalit kay Isaac upang ihandog.

At tinawag ng anghel ng Panginoon si Abraham ng ikalawa mula sa langit. At sinabi, "Sa aking sarili ay sumumpa ako", anang Panginoon, "sapagka't ginawa mo ito, at hindi mo itinanggi sa akin ang iyong anak, ang iyong bugtong na anak; na sa pagpapala ay pagpapalain kita, at sa pagpaparami ay pararamihin ko ang iyong binhi, na gaya ng mga bituin sa langit, at gaya ng mga buhangin sa baybayin ng dagat; at kakamtin ng iyong binhi ang pintuang-bayan ng kaniyang mga kaaway;

At pagpapalain sa iyong binhi ang lahat ng bansa sa lupa; sapagka't sinunod mo ang aking tinig."

Genesis 22: 15-18

Napakahalaga na makita ang dahilan ng pagpapala --- dahil sa pagsunod ni Abraham sa tinig ng Diyos. Iyan ang batayang dahilan sa pagpapala ng Diyos. Pansinin na ang pagpapala ay aabot din sa lahat ng lahi ni Abraham.

Di-naglaon, nang si Isaac ay matanda na, naitala sa Genesis 27 kung paano niya binasbasan ang anak niyang si Jacob. Ngunit ang nakapagtataka, ang akala ni Isaac, ang kanyang binabasbasan ay si Esau, na siyang unang anak na lalake. Nangaso si Esau para sa paboritong pagkain ni Isaac, na siyang nais niyang kainin bago bigkasin ang pagpapala. Nakakita ng pagkakataon na makabentahe si Rebekah na asawa ni Isaac, para kay Jacob, ang nakakabatang kapatid, na siyang paboritong anak nito.

Upang malinlang si Isaac (na bulag na) binihisan niya si Jacob ng damit ni Esau at binalutan niya ang mga braso at leeg nito ng balat ng kambing para magmukhang katulad ni Esau na mas mabalahibo kaysa kay Jacob. At nagluto siya ng karne ng kambing sa paraan na gustong-gusto ni Isaac. Nagpanggap si Jacob na siya si Esau at dinala niya ito sa kanyang ama. Kinilatis ni Isaac ang kanyang katauhan sa pamamagitan ng pagtatanong, "Ikaw nga ba talaga si Esau?" Sinabi ni Jacob na siya nga; nagsinungaling siya. Naniwala si Isaac kaya kumain siya at binigkas ang basbas.

Tiyak nga, ang amoy ng aking anak
ay gaya ng amoy ng isang parang
na pinagpala ng Panginoon:
Samakatuwid, bigyan ka nawa ng Dios
ng hamog ng langit, At ng taba ng lupa,
At ng saganang trigo at alak:
Ang mga bayan ay
Mangag-lingkod nawa sa iyo.
At ang mga bansa ay
Mangag-siyukod sa iyo:
Maging panginoon ka nawa
ng iyong mga kapatid,
At magsiyukod sa iyo
ang mga anak ng iyong ina:
Sumpain nawa ang mga
sumusumpa sa iyo.
At maging mapapalad ang
mga magpapala sa iyo.

Genesis 27:27-29

Unawain na napakalawak ng sinasaklaw ng pagpapala at nagpapatuloy ito mula sa isang henerasyon at sa mga susunod pa. Di-nagtagal, dumating si Esau na dala ang pagkain at sinubukan niyang ihandog sa kanyang ama. At saka napagtanto ni Isaac na nalinlang siya at ang kaniyang binasbasan ay si Jacob hindi si Esau. Ngunit punahin ang katugunan ni Isaac,

At nanginig ng husto si Isaac, at sinabi, Sino nga yaong kumuha ng usa at dinala sa akin,

*at ako'y kumain niyaon
bago ka dumating,
at aking binasbasan siya?
oo, at siya'y magiging mapalad!*

Genesis 27:33

Ang akala ni Isaac ang binabasbasan niya ay si Esau ngunit alam niya na ang mga salita ay hindi nagmula sa kanya. Makapropesiya ang pagpapala, at dahil makapropesiya ang pagpapala, hindi niya ito maaaring bawiin. Kaya, natanggap ni Jacob ang pagpapala at hindi ni Esau.

Gusto kong makita ninyo ang kalikasan ng pagpapala, ito ay super-natural. Hindi ito pinapangarap o sinisentemiento. Ito ay isang bagay na "super-natural" na may kapangyarihang magdikta ng kahihinatnan ng mga tao. Totoo ito, sa pagpapala man, o sa sumpa.

Isang boung kabanata ng Deuteronomio 28 ang inilaan upang isalarawan ang iba't-ibang uri ng pagpapala at sumpa na maaaring mangyari. Ang unang labing-apat na talata ay naghahayag ng pagpapala at ang natitirang limampu't-apat naman ay naghahayag ng sumpa. Sa talata 1 at 2, inihayag ni Moises ang dahilan ng pagpapala: "Kung susundin ninyo ang boses ng Panginoon na inyong Diyos, at ipapamuhay ninyo ang lahat ng Kanyang kautusan . . .lahat itong mga pagpapala ay darating sa inyo at uunahan kayo, sapagkat sumunod kayo sa tinig ng Panginoon na inyong Diyos."

Sa ilalim ng Bagong Tipan, sa Juan 10:27, magkahalintulad na inilarawan ni Hesus ang kinikilala Niyang "Kanyang mga tupa" --- na Kanyang mga tunay na alagad: "Ang aking mga tupa ay nakikinig sa Aking boses . . . at sumusunod sila sa Akin."

"Ito ay isang bagay na "super-natural" na may kapangyarihang magdikta ng kahihinatnan ng mga tao."

Ang hinihingi ay pareho pa rin: ang pakikinig sa tinig ng Panginoon at ang pagsunod sa Kanyang kautusan. Ang sanhi ng sumpa ay eksaktong kabaliktaran ng mga pagpapala. Ang sumpa ay resulta ng hindi pakikinig sa tinig ng Diyos at hindi pagsunod sa sinasabi Niya. Itong pagtangging makinig at sumunod sa tinig ng Diyos ay maibubuod sa isang salita: rebelyon – hindi laban sa tao, kundi laban sa Diyos.

Mula sa aking pag-aaral, gumawa ako ng dalawang talaan na nagbubuod ng mga pagpapala at mga sumpa ayon sa pagkakahayag sa Deuteronomio 28. Ang iminumungkahi kong talaan ng pagpapala ay ang sumusunod:

* Karangalan
* Kalusugan
* Mabunga
* Kaunlaran
* Katagumpayan
* Biyaya ng Diyos

Mas detalyado ang talaan ni Moises ng mga sumpa kaysa sa mga pagpapala. Ang pinakamahalaga, ang mga sumpa ay kabaliktaran ng mga pagpapala. Nandito ang iminumungkahi kong kabuuhan:

- Kahihiyan
- Hindi makapanganak, o pagkabaog
- Karamdaman sa isip at pisikal na katawan
- Pagkasira ng pamilya
- Kahirapan
- Pagkatalo
- Pagka-api
- Kabiguan
- Walang pagpapala sa Diyos

Sa talata 13, winakasan ni Moises ang kanyang talaan ng mga pagpapala sa malinaw na pagsasalarawan. Makakabuti sa bawat isa sa atin na isipin kung paano natin ito magagamit sa ating mga buhay.

Sinabi niya; "Ang Panginoon ay gagawin kayong ulo at hindi buntot . . ." Minsan tinanong ko ang Panginoon na ipakita sa akin kung paano ito gagamitin sa aking buhay. Naramdaman kong ito ang Kanyang kasagutan: ang ulo ay siyang gumagawa ng desisyon at ang buntot ay hinihila lamang.

Ikaw ba ay kumikilos bilang ulo, kontrolado ang bawat sitwasyon, ginagawa ang mga nararapat na desisyon at tinitiyak ang pagtatagumpay? O ikaw ba ay naglalaro lang bilang isang buntot, na hinihila lamang ng mga pwersa at ng mga pagkakataon na hindi mo nauunawaan at wala kang kontrol?

Ikalawang Bahagi

Ang Pinagmumulan ng mga Sumpa

Maliwanag na ipinakita ni Solomon sa Kawikaan 26:2 na mayroon palaging dahilan sa bawat sumpa.

> *Katulad ng isang mabilis na maya,*
> *Katulad ng isang lumilipad*
> *na layang-layang,*
> *Ganoon din ang sumpa kung walang sanhi,*
> *Hindi rin ito dadapo.*

Ang prisipyong ito ay may dalawang kagamitan. Sa isang dako, ang sumpa ay hindi eepekto kung walang sanhi nito. Sa kabilang dako naman, ang kabaliktaran ay totoo din. Kung may sumpang nangyayari, mayroon itong sanhi. Kailangan natin ang pang-unawa mula sa Banal na Espiritu, hindi lamang para matukoy ang dahilan ng mga sumpa kundi pati na ang pinagmumulan ng mga ito. Kung matutuklasan mo ang dahilan ng iyong suliranin, mas mainam mong mahaharap ito.

Ang bahaging ito ay maghahayag ang mga dahilan ng mga pangunahing sumpa na kadalasang nakakaapekto sa ating mga buhay. Pagkatapos mong mabasa ito, lalawak na ang iyong pang-unawa at magagamit mo ang lunas ng Diyos, na makikita sa susunod na mga pahina.

03|Ang Diyos bilang Pinanggagalingan ng sumpa

Maraming tao ang may kahadlangan dahil sa maling pagkaunawa sa karakter ng Diyos. Ang akala nila ang Lumang Tipan ay nagpapakitang ang Diyos ay Diyos ng galit at ng paghuhukom at sa Bagong Tipan naman bilang Diyos na mapagmahal at maawain.

Subalit, ang parehong bahagi ng Kasulatan ay magka-ayon sa isa't-isa at pareho nating kailangan upang magkaroon tayo ng wasto at maayos na pagkakilala sa Diyos. Sa Roma 11:22, inihayag ni Pablo ang dalawang aspeto ng pakikitungo ng Diyos na magkasabay: *"Samakatuwid, isa-alang-alang mo ang kabutihan (o kagandahang-loob) at kahigpitan ng Diyos."* Ang Kanyang pagpapala ay nagmumula sa Kanyang kagandahang-loob, ngunit ang Kanyang paghuhukom ay nagmumula sa Kanyang kahigpitan. Parehong tunay at totoo.

Maraming pagkakataon na, na ang Diyos ay nagbigkas ng sumpa sa isang tao o kahit sa buong bansa. Layunin Niya na kunin ang pansin ng mga tao at mabigyan sila ng babala sa kakila-kilabot na kahihinatnan ng pagsuway. Ang sumpa ay isa sa mga matitinding uri ng paghuhukom ng Diyos, ngunit ang Kanyang laging ninanais ay magsisi ang tao at magbalik-loob sa Kanya.

Isa sa mga halimbawa kung saan ang Diyos ay siyang pinanggalingan ng sumpa ay makikita sa pagtawag Niya kay Abraham sa Genesis 12. Sa totoo lang, mayroong pitong antas ang pagtawag ng Diyos dito, ang anim ay pangako ng mga pagpapala ngunit mayroon din itong mabigat na babala:

1) *Gagawin kitang sikat na bansa*
2) *Pagpapalain kita*
3) *At ang pangalan mo ay magiging sikat*
4) *At ikaw ay magiging pagpapala*
5) *Aking pagpapalain ang*
   mga magpapala sa iyo
6) *At aking isusumpa*
   ang magsusumpa sa iyo
7) *At sa iyo ang lahat ng pamilya*
   sa daigdig ay pagpapalain.

Genesis 12:1-3

Pansinin na ang pang-anim na bahagi sa pagtawag ng Diyos kay Abram ay isang sumpa para duon sa magsusumpa kay Abram. Ang lahat nang ito ay para kay Abram at sa lahi niya. Pag tumawag ang Diyos ng isang tao para sa isang gawain, ang taong iyon ay nagiging target ni Satanas, kaya ginagawan siya ng Diyos ng proteksyon bilang pananggga.

Kalaunan, sa Genesis 27:29 nang basbasan ni Isaac si Jacob, binigkas din niya ang parehong proteksyon, "Sumpain ang lahat na magsusumpa sa iyo." Samakatuwid, ang pagpapala at sumpang dating binigkas ng Diyos para kay Abraham ay pinalawig sa kanyang mga lahi. Mahalagang makita natin na direkta itong sumasaklaw sa buong bayan ng mga Judio at sa bansa ng Israel.

Pansinin na hindi ginawang imposible ng Diyos para sa kanyang mga kaaway na sumpain o usigin si Abraham at ang kanyang mga lahi, ngunit tiniyak Niya na mayroong kakila-kilabot na kahihinatnan ang gagawa nito. Ang kahindik-hindik na kasaysayan ng lumaban sa Semitismo ang nagpapatunay nito. Ang lumalaban sa Semitismo ay nagdadala ng sumpa mula sa Diyos.

Sa kasamaang-palad, sa lumipas na daan-daang taon, ang nagsasabing sila ay simbahang Kristiyano ay siya pang nagpapalaganap ang mga kahihiyang laban sa Semitismo. Pero utang ng simbahang ito ang bawat pagpapalang espiritwal na kanyang inangkin duon sa kanyang biktima, ang mga Judio. Kung wala ang mga Judio, ang simbahan ay walang mga Apostoles, walang Bibliya, at walang Tagapagligtas.

Ang sumpa ay isa sa mga matitinding uri ng paghuhukom ng Diyos, ngunit ang Kanyang laging ninanais ay magsisi ang tao at magbalik-loob sa Kanya.

Marahil ikaw o ang iyong mga ninuno ay naging kaaway ng mga Judio. Maaaring nilait o sinumpa mo sila. Ang gayong gawa ay mayroong bunga; magdadala ito ng sumpa sa iyong buhay. Gayunman, maaari kang maging malaya.

Pagsuway

Sa Deuteronomio 27:11-26, itinadhana ng Diyos na kapag ang Israel ay makarating na sa lupang ipinangako ng Diyos sa kanila, kapag sinuway nila ang Diyos sa ilang aspeto, labing-dalawang sumpa ang ibibigkas nila laban sa kanilang sarili. Hindi sila maaaring pumasok sa lupang ipinangako na hindi inilalantad ang kanilang mga sarili sa parehong pagpapala kung masunurin sila at sa sumpa kung susuway sila. Walang puwang sa gitna ng dalawang ito.

Labing-dalawang tukoy at detalyadong mga sumpa ang naitala na maaaring ibuod sa ilalim ng mga sumusunod na mga pamagat:

- Idolatriya at pagsamba sa mga diyos-diyusan
- Kawalang-galang sa magulang
- Kahalayan o di-natural na pagtatalik
- Kawalan ng katarungan sa mga mahihina at walang kakayahan.

Idolatriya at pagsamba sa mga diyos-diyusan

Sa Exodus 20:3, ang una sa Sampung Kautusan, ang sabi ng Panginoon, "Ako ang Panginoong Diyos ninyo. . . huwag kayong magkakaroon ng ibang diyos maliban sa Akin. . . huwag kayong gagawa ng nililok na mga imahe upang sambahin." Samakatuwid, nakikita natin na ang pagsamba sa mga diyos-diyusan at sa lahat ng anyo ng idolatriya ay derektang pagsuway sa Diyos. Ang tunay na Diyos na banal, kamangha-mangha, maluwalhati, at makapangyarihan ay nahahayag una sa mga bagay na kanyang nilikha at nakikilala Siya ng lubusan sa mga Kasulatan. Kung ipapakilala Siya sa paraang gaya ng Kanyang mga nilikha –tao man o hayop – ito ay tahasang pang-iinsulto sa Kanya. Kung kaya hindi nakapagtataka na magalit Siyang talaga.

> **Sumpain ang sinumang gagawa ng nililok o hinurmang imahe, ito ay kasuklam-suklam sa Panginoon, gawang kamay lamang ng manlililok, at ina-ayos ng palihim.**
>
> *Deuteronomio 27:15*

Pero, mayroon pang ikalawang mas malawak na mga gawaing hindi naman tahasang pagsamba sa diyos-diyusan o relihiyon. Ang tunay nilang mga katangian ay natatago sa kanilang mapandayang pangalang bagay at angkop lamang na sila'y tawaging "occult" (hango sa Latino) na ang ibig sabihin ay "nakatago" o "natatakpan".

Itong gawain ng kadiliman ay nakatutok sa dalawang matitinding pagnanasa ng tao, ito ay ang pagnanasa sa karunungan at pagnanasa sa kapangyarihan. Hanggang sa isang punto, napupunuan ang pagnanasang ito ng tao, mula sa natural na pinagkukunan at sa pamamagitan ng natural na paraan. At kung hindi pa siya ganap na nasiyahan sa nakuha niya sa pamamagitan nito, hindi maiiwasan na bumaling siya sa mga makukunang "super-natural". Sa puntong ito, madali siyang nabibitag sa gawain ng kadiliman. Ito ay dahil sa mayroon lamang dalawang pinagmumulan ang "super-natural" na karunungan at kapangyarihan sa daigdig: Nagmumula sa Diyos o kay Satanas. Kung ang "super-natural" na karunungan at kapangyarihan ay sa Diyos, ito ay tunay; kung mula kay satanas ito ay huwad. Itong paghahangad ng huwad na karunungan mula sa ipinagbawal na puno ng karunungan kung ano ang mabuti at masama, ang nag-udyok sa tao na gumawa ng unang kasalanan doon sa hardin ng Eden. Sa paggawa nito, ang tao ay tumawid sa hangganan tungo sa loob ng lupain ni Satanas. Simula noon ang tao ay naging bukas sa panlilinlang.

Ang iba't-ibang uri ng panlilinlang na gawain ng kadiliman ay walang hangganan. Subalit, maaari itong makilala sa tatlong pangunahin sangay: pangkukulam, panggagaway, at panghuhula.

Ang *Pangkukulam* ay ang makapangyarihang sangay ng gawain ng kadiliman. Ang ugat nito ay inilantad sa pamamagitan ng maikling pangungusap sa 1 Samuel 15:23; "Sapagkat ang rebelyon ay katulad ng kasalanan ng pangkukulam." Sa pangkukulam, ipinapakita ang rebelyon ng tao laban sa Diyos. Sinubukan ng tao na makamit ang kagustuhan niya na hindi nagpapasakop sa kautusan ng Diyos. Ang nagtutulak sa kanya na gawin ito ay ang kagustuhang makontrol ang mga tao at ang mga mangyayari. At upang magawa ito, maaaring gumamit siya ng pamimilit, o mga mapanlinlang na pamamaraan, o ang pagsamahin ang dalawa upang makapang-manipula, makapang-takot at makapangibabaw.

Ang *Panghuhula* ay ang sangay ng *karunungan* na gawain ng kadiliman, nag-aalok ito ng iba't-ibang uri ng karunungan na hindi maaring makamit sa natural na paraan. Ang karaniwang uri nito ay ang *panghuhula*, na naghahayag ng "super-natural" na kaalaman ng mga mangyayari sa hinaharap. Kasama rin dito ang lahat ng uri ng relihiyosong kapahayagan na nagkukunwaring nagmumula sa "super-natural" na kaalaman.

Ang *Panggagaway* ay kumikilos sa pamamagitan ng mga materyal na bagay o kung saan apektado ang paningin, pang-amoy, pandinig, panlasa at pandama, gamit ang droga at musika.

Sa Pahayag 9:21 ang salitang panggagaway ay direktang kinuha sa salitang Griego para sa droga. Maraming iba't-ibang bagay ang ginagamit: mga relihiyosong imahen, gamit pang-gayuma, anting-anting, "ouija boards." Ang mga ito ay ilan lamang sa mga maraming halimbawa. Mahalagang malaman na maaaring magamit ang mga aklat bilang instrumento ng kapangyarihan ng okultismo. Napagtanto ng mga Kristiyano sa Efeso (Gawa 19:18, 19) na ang mga aklat ng okultismong ginagamit nila ay pinagmumulan pala ng pagkaka-alipin. Kung kaya kahit gaano pa kamahal ang halaga ng mga ito, inipon at sinunog nila ang mga ito. Ito ang tamang paraan upang wasakin ng tuluyan ang mga materyal sa gawain okultismo. Ang mga lumalahok sa mga gawain ng okultismo ay hinahanap kay satanas ang "super-natural" na karunungan at kapangyarihan na ipinagbabawal ng Diyos na huwag hanapin kung saan-saan kundi sa Kanya lamang. Sa paggawa nila nito, ginawa nilang diyos si satanas at itinulad pa sa tunay na Diyos, kung kaya, nilabag nila ang unang utos ng Sampung Kautusan. Sa ganitong paraan, inilagay nila ang kanilang sarili sa sumpang binigkas ng Diyos sa lahat ng susuway ng Kanyang Kautusan — na aabot hanggang sa pang-apat na henerasyon.

Lahat ng Israel ay nagbigkas ng sumpa sa kanilang sarili pagsumali sila sa pagsamba sa mga diyos-diyusan sa iba't-ibang uri nito na tinatawag natin gawain ng okultismo o "occult" ngayon.

Ito ang pinakaunang dahilan ng mga sumpa sa buhay ng mga tao. Sinabi ng Diyos na kung tayo ay masasangkot sa ganitong gawain, *"Sisingilin Ko ito hanggang sa ika-tatlong henerasyon. Hindi lang ikaw ang dadanas nito, kundi pati ang susunod na ika'tlong henerasyon.*

Kaya maaaring dumaranas ka ngayon ng mga bagay sa iyong buhay na ang may kagagawan ay ang iyong magulang, mga lolo at lola, o maaaring ang iyong mga ninuno. Kaya mahalagang malaman ang ugat ng suliranin upang madaling malunasan ito.

Salamat sa Diyos dahil naglaan Siya ng paraan upang makalaya tayo sa anumang sumpa na maaaring nagmula sa ganitong dahilan. Ang Kanyang lunas ay bukas na para sa atin. At sa huling araw ng paghuhukom, hindi Niya sisingilin sa atin ang ginawa ng ating mga ninuno na nagdala sa atin ng sumpa, ngunit sisingilin Niya tayo kung hindi natin tatanggapin ang probisyon na Kanyang inilaan para sa atin upang makalaya tayo sa sumpang iyon.

Kawalan ng Galang sa Magulang

Kailangang maging maingat tayo sa puntong ito. Maaaring totoo na ang mga suliranin natin ay mula sa kagagawan ng iba, dapat iwasan natin na sisihin ang iba sa kasalanan na tayo ang may gawa.

Dapat ay mag-ingat tayo ng mabuti sa pakikitungo natin sa ating mga magulang. Maraming tao ngayon – kasama ang ilang mga Kristiyano – na hindi alam na ang pagkawalang-galang sa magulang ay nagdadala ng sumpa. Maraming tao ang may suliranin sa kanilang buhay dahil mali ang saloobin nila sa kanilang mga magulang. Kahit na walang perpektong magulang, hindi ito nangangahulugang hindi na sila karapat-dapat igalang. Alalahanin na ang unang kautusan ay may pagpapala na inihayag sa positibong paraan, "Igalang ang inyong ama at ina upang ang inyong buhay ay humaba sa lupaing ibinigay ng Diyos sa inyo."

Sa buong paglilingkod ko sa aking gawain, hindi pa ako nakakita ng taong walang galang sa kanyang magulang na mayroong maayos na buhay. Wala kailanman. Sa ganoong pag-uugali, awtomatikong inilalagay niya ang sarili sa sumpa. Hindi ko sinasabi na kailangang sumang-ayon ka palagi sa inyong magulang o kailangang gawin ang lahat na pinagagawa nila -- depende sa pamumuhay ng iyong mga magulang -- ngunit kailangang igalang mo sila bilang iyong magulang. Marami akong nakilala na naayos ang kanilang mga buhay nang itinuwid nila ang kanilang saloobin tungo sa kanilang mga magulang.

Maraming tao na may suliranin sa kanilang buhay dahil mali ang saloobin nila sa kanilang mga magulang.

Naisip ko ang ibang hindi nagbago at hindi rin sila pinagpala. Naisip ko ang isang miyembro ng aking pamilya na namatay sa cancer sa edad na apatnapung taon gulang lamang. Naligtas siya, na bautismuhan sa Banal na Espiritu at naglingkod sa Panginoon, ngunit hindi man lamang siya nakalasap ng pagpapala ng Diyos dahil hindi niya inayos ang kanyang relasyon sa kanyang ina. Isa siyang espiritista, kaya nasa kanya ang lahat na problemang maaari mong maisip. Nakalaya sana siya sa mga problemang ito kung inayos lang niya ang relasyon niya sa kanyang ina. Hindi ako nangangaral tungkol sa mga teyorya – nagtuturo ako ng mga bagay na nalaman ko mula sa karanasan.

Kahalayan o hindi-natural na pagtatalik

Ang anumang uri ng di-natural na pakikipagtalik ay nagdadala ng sumpa. Kasama dito ang anumang uri ng pakikipagtalik ng lalake sa lalake at babae sa babae o pagmamalupit. Ang pakikipagtalik sa kapwa miyembro ng pamilya na labas sa pinahihintulutang saklaw nito ay magdadala ng sumpa. Ang nakakalungkot ngayon, alam natin na mayroong milyon-milyong kabataan ang biktima ng sekwal na pang-aabuso ng sarili nilang mga ama.

Kawalan ng katarungan sa mga mahihina at walang kakayahan.

Dahil sa malimit na paglabag sa mga kasunduan ng Amerikanong gobyerno sa iba't-ibang tribo ng Amerikanong Indyan, nilagyan nila ng sumpa ang "White House". Kaya ito ang dahilan kung bakit sa bawat ika-dalawangpung taon mula ng 1860 hanggang sa 1980, ang lahat na nahalal na Presidente ay namamatay habang nanunungkulan.

Dalawang bagay ang maaari mong balikan. Ang kataksilan ng gobiyernong Amerikano sa mga Amerikanong Indyan at ang pagsang-ayon ni Abraham Lincoln sa pamamagitan ng kanyang asawa na magkaroon ng panayam sa mga espiritu sa loob ng "White House". Kalaunan namatay siya sa loob ng isang mental institusyon. Punahin na ang pagsali sa ganitong gawain ay hindi lang nakaka-apekto sa indibidwal na tao, nakaka-aapekto rin ito sa buong bansa.

Naniniwala akong maaaring namatay si Presidente Reagan habang nanunungkulan. Muntikan na rin siyang mamatay – alam natin na may nagtangka sa kanyang buhay sa umpisa pa lamang ng kanyang panunungkulan. Subalit, bago siya nanumpa sa pagka-presidente, sa malaking pagtitipon ng aming grupo, ay sama-samang kaming sumampalataya at nanalangin ng pagpapalaya sa sumpa, hindi lang siya pati na rin ang opisina ng presidente. Alam ninyo, muntikan ng matupad ang sumpa, wala sa isang dangkal ang pagkakabaon ng bala sa kanyang puso.

Naniniwala akong ito ang pagbibigay-matwid ng Diyos sa panalangin ng pagpapalaya sa sumpa. Hindi ito isang di-maipaliwanag na teorya; ito ay negatibong nakaka-apekto sa buhay ng mga tao at kahit sa mga bansa nasaan man ito.

Pagsalig Sa Sarili

Isang naiibang uri ng sumpa ay makikita sa Jeremias 17:5,6.

> *Ganito ang sabi ng Panginoon:*
> *Sumpain ang tao na tumitiwala sa tao,*
> *at ginagawang lakas ang kaniyang bisig,*
> *at ang puso ay humihiwalay sa Panginoon.*

| ito ang sumpa|

> *Sapagka't siya'y magiging*
> *gaya ng kugon sa ilang,*
> *at hindi makikita ang mabuti*
> *kapag ito'y dumarating,*
> *kundi maninirahan*
> *sa may tuyong dako sa ilang,*
> *sa lupaing maalat at hindi na tinitirahan.*

Ito ay tipikal sa isang taong nabubuhay sa sumpa. Lahat ay nakakatanggap ng ulan (pagpapala, kasaganaan) ngunit sa gitna ng lahat nang ito, naninirahan siya sa tigang na lupa at hindi nakakalasap ng pagpapala sa sarili niya. Bakit?

Dahil sa sumpa. Sumpain ang taong sumasalig sa kakayahan ng tao at sa materyal na kayamanan at ang puso ay humihiwalay sa Panginoon. Hindi kailangang may kagustuhan itong gumawa ng kasamaan, kundi may kagustuhan itong maging hiwalay sa Diyos.

Ang ganoong uri ng mga tao ay maaaring humanap at magpakita ng makatuwirang gawa ngunit walang pananalig sa higit sa ordinaryong biyaya ng Diyos.

Naniniwala ako na ang sumpang ito ay lumulukob sa maraming simbahang Kristiyano, na nakatikim ng biyaya ng Diyos ngunit tumalikod at nagsimulang manalig sa sarili nilang kakayahan, katalinuhan at relihiyon. Kagaya ng mga taga Galacia, maaring "nagsimula sila sa Espiritu" ngunit sa huli napunta sila sa pananalig sa laman. Naalis ang pagpapala ng Diyos at sumpa ang dumating sa kanila. Nangaral ako sa mga simbahan na nasisiguro kong nalulukuban ng sumpa. Kahit na anong gawin mong pangangaral, pagkikipaglaban at pakikipagbuno, kaunti lang ang nagiging resulta hangga't hindi hinaharap ang sumpa.

Sumpain ang taong sumasalig sa kakayahan ng tao at sa materyal na kayamanan at ang puso ay humihiwalay sa Panginoon

Pagnakaw at Pagsinungaling

Ang huling tatlong propeta ng Lumang Tipan, si Hagai, Zacarias at Malakias, ay nangaral tungkol sa ibat-ibang panig kung saan naranasan ng Israel ang pag-iral ng sumpa ng Panginoon. Sa Zacarias 5:1-4, ang propeta ay nagkaroon ng pangitain ng isang aklat na naglalaman sa magkabilang panig ng mga sumpa. Sa isang panig ay ang taong nagnakaw; at sa kabila naman ay ang taong nagsinungaling at nangako ng hindi totoo sa pangalan ng Panginoon.

Ang malinaw na larawan ay makikita sa pagkasira na nagmula sa pag-iral ng sumpang ito. Sa aklat ng Hebreo sa bibliya, ang salitang "bahay" ay hindi lamang ginagamit upang tumukoy sa materyal na estruktura, kundi maging sa mga taong nakatira dito. Ang malawakang pagkasira ng mga pamilya na nakikita natin ngayon ay ang pinakahuling epekto ng sumpang ito. Kung walang pagsisisi at pagbabayad sa pinsala, maaring mapunta ito sa pagguho ng buong bansa at pati na ang buong sibilisasyon. Nagtataka ako kung ilang tao ngayon ang nasa ilalim ng sumpa kung isasama natin ang mga nagnanakaw at mga nagsisinungaling. Ilan kaya ang hindi matapat sa kanilang pagbabayad ng buwis? Maraming tao sa bawat bansa ang maibibilang dito, ilan kaya sa kanila ang kasapi sa simbahan.

Sa Hagai 1:4-6 ipinakita ang katulad na larawan ng mga taong nagtatanim ng marami ngunit kakaunti lang ang naaani at inilalagay nila ang kanilang mga

sweldo sa sisidlan na maraming butas. Kaya nagpadala ang Diyos ng propeta sa Israel upang ipakita sa kanila na mayroong hindi nakikitang kapangyarihan na nagpapaguho sa kanilang mga probisyon dahil sa sumpa na dinala nila sa kanilang

Sarili, dahil inuuna nila ang pansariling pangangailangan bago ang pangangailangan ng tahanan ng Diyos.

04|MgaSumpang Mula Sa Taong Nasa Kapangyarihan

Sa mga nakita natin, ang parehong mga pagpapala at mga sumpa ay parte ng isang malawak at hindi nakikitang espiritwal na kaharian, na nakakaapekto sa ating mga buhay. Isang totoo at walang mapag-aalinlangan kadahilanan sa kahariang ito ay ang kapangyarihan. Kung walang sapat na pang-unawa sa prinsipyo ng kapangyarihan, imposibleng gawing mabisa ang pagkilos sa kaharian ng espiritu.

Ang Tao Bilang Kumakatawan Para Sa Diyos

Sa buong daigdig, may isa lamang at nag-iisang pinagmumulan ng kataas-taasang kapangyarihan: ang Diyos na Tagapaglikha. Kadalasan, hindi direktang ginagampanan ng Diyos ang Kanyang kapangyarihan, gayunman, ito'y ipinapagawa Niya sa iba na Kanyang pinili. Ang kapangyarihang ginagampanan ng isang tao sa ngalan ng Diyos, ay my kasamang abilidad upang magpala at sumumpa.

Kahit na nakikita natin sa siglong ito ang malawakang pagrerebelde laban sa mga may kapangyarihan, ang prinsipyo ng kapangyarihan ay patuloy na gumagawa katulad ng prinsipyo ng grabidad.

Ilang halimbawa ng mga taong kumakatawan para sa Diyos ay sapat na upang makita ang prinsipyong ito. Nang ang mga anak ng Israel sa Josue 6:26, ay himalang nanalo laban sa siyudad ng Jericho, nagbigkas ng sumpa si Josue laban sa sinumang magtatayo muli sa siyudad na iyon. Noong 1300 BC, makalipas ang limang-daang taon, mababasa natin sa 1 Hari 16:34 na isang lalake na nangangalang Hiel na nagmula sa Bethel ang nagsubok magtayo sa parehong lugar. Ikinamatay ito ng dalawa niyang anak. Sa walang-anumang kadahilanan basta na lang sila nanghina at namatay. Walang pang doktor ang nakapagsuri nito, ngunit ito ay direktang resulta ng sumpang binigkas ni Josue. Sa sariling mong buhay, maaaring mayroon kang hinaharap na bagay na ang dahilan ay nagmula pa sa nakalipas na daang-taon.

Ang isa pang halimbawa ay makikita sa salita ni David sa kanyang awit pagkatapos ng kamatayan ni Saul at Jonathan sa 2 Samuel 1:21. Matinding mangsumpa si David – ang ibig kong sabihin ay wala ng gumagamit ng mga salitang iyon ngayon. Bumigkas siya ng mga nakakakilabot na mga sumpa sa ilang tao; subalit parte ito ng gawain ng lingkod ng Diyos.

Ito ang sinabi niya sa napakagandang awit tungkol kay Saul at Jonathan:

O mga bundok ng Gilboa;
Hayaan mong walang hamog,
o kahit walang ulan na darating saiyo,
o kahit mga parang na handog.
Dahil ang kalasag ng magigiting ay
itinapon sa lugar na iyon!
Ang kalasag ni Saul na hindi
pinahiran ng langis.

Kahit ang salitang iyon ay binigkas sa nakaraang mahigit 3000 taon na, kapag pumunta ka sa mga bundok ng Gilboa ngayon, wala pa ring mga tanim doon. Sa kabila ng pagsisikap ng gobyerno ng Israel na taniman ito ng kagubatan, walang tumutubo doon! Dahil lamang sa salitang binigkas ni David 3000 taon na ang nakalipas.

Natandaan mo ba si Gehazi na alipin ng propetang Eliseo? Sinuway ni Gehazi si Eliseo at hinabol si Naaman na himalang gumaling. Humingi siya ng pera at mga damit at itinago ito kay Eliseo. Nang bumalik siya, sinabi ni Eliseo, "Hindi ba sumama sa iyo ang aking espiritu?" Pagkatapos, sinabi niya ito, "Samakatuwid, ang ketong ni Naaman ay kakapit sa iyo at sa iyong lahi magpakailanman." At umalis siya sa kanyang presensiya na ketongin, kasing puti ng niyebe. (2 Hari 5:27). Ano kaya ang resulta nito? Ang sumpang binigkas ng lingkod ng Diyos.

Mga Taong May Kapangyarihan Dahil Sa Relasyon

Ito ay isa pang pinagmumulan ng sumpa na napakahalaga. Dinisenyo ng Diyos ang lipunan ng mga tao, na sa bawat sitwasyon, may isang tao na may kapangyarihan sa isa o sa maraming tao.

Kitang-kitang ito sa halimbawa ng isang ama, na sinasabi ng Salita ng Diyos, na siyang may kapangyarihan sa kanyang pamilya. Kahit gusto o ayaw ng mga tao, kahit labanan nila ito o hindi, hindi ito mahalaga — ito ang katotohanan, mayroon siyang kapangyarihan sa kanyang pamilya. Kung hindi niya ito gagamitin, problema niya ito. Isa pang tao na may kapangyarihan ay ang lalake sa kanyang asawang babae. Napakalapit ng kanilang relasyon. Sinasabi ng Bibliya na ang Diyos ay siyang pinuno ni Kristo. Si Kristo ay siyang pinuno ng asawang lalake at ang asawang lalake ang pinuno ng asawang babae. Ang mga peminista ay maaring magsalita laban dito, ngunit mananatili ang katunayan na ito ay totoo. Hindi mo maaring baguhin ang katotohanan sa pamamagitan ng pagtanggi nito.

Tingnan ang kaso ni Jacob at ng pamilya niya. Pinagsilbihan ni Jacob ang Kanyang tiyuhin na si Laban ng mahigit labing-apat na taon. Nakamit niya ang dalawang asawa at mga aliping babae at labing-isang anak. Pagkatapos nagpasiya siyang bumalik sa lupaing ipinangako ng Diyos sa kanya.

Palihim na umalis sina Jacob dahil takot siya kay Laban na baka bawiin ang kanyang mga asawa – dahil mga anak sila ni Laban.

Nang tumakas sila, ninakaw ni Raquel na pangalawang asawa ni Jacob ang mga diyos-diyusan ng kanyang tatay na hindi niya dapat ginawa, ngunit ginawa niya. Kaya nagalit si Laban at hinabol sila at nang maabutan, inusig niya si Jacob sa pagnakaw ng kanyang diyos-diyusan.

Hindi alam ni Jacob ang ginawa ni Raquel, kaya galit siya na pagbintangan. Sa Genesis 31:32, sinabi niya na "Kung kanino mo man makuha ang mga diyos mo, huwag mo siyang hahayaang mabuhay." Ito ay isang sumpa na walang malay na binigkas ni Jacob laban sa kanyang asawa.

"Magugulat ka kung gaano karaming tao ang nakikibaka sa buong buhay nila dahil sa sumpa ng magulang..."

Sa kasamaang palad hindi ito mga salitang walang saysay ngunit may bisa dahil sa kapangyarihang dala ng kanyang relasyon duon sa tao. Sa katunayan, binigkas niya ang kahihitnan ng kanyang asawa; sa sunod na magsilang siya ng anak, namatay siya sa panganganak. Nakakalungkot na pangyayari. Ang mga ama ay gumaganap ng kaparehong impluwensiya. Pangalawa sa pagpapala ng Diyos, ang pinakamimithing bagay sa buhay ay ang pagpapala ng ama. At ang isa sa mga kinakatakutang bagay ay ang sumpa ng ama.

Maraming ama ang naglagay ng sumpa sa kanilang mga anak na hindi nila namamalayan. Alam ko ito dahil marami akong natugunan at natulungan dahil dito.

Isipin mo na lang ang isang ama na may tatlong anak. Ang panganay at ang bunso ay matalino at ang sa gitna ay hindi at hindi ito gusto ng ama. (Napansin ko ito sa mga magulang – kung may isang anak na hindi nila gusto; madalas, ito ay ang katulad nila. Sa tingin ko, hindi nila ito gusto dahil nakikita nila dito ang kinakatakutan nila sa kanilang sarili.) Maaring masabi ng amang ito sa kanyang anak, "Hindi ka aasenso, Ang mga kapatid mo ay mahuhusay, ngunit ikaw ay magiging talunan sa buong buhay mo."
Alam mo ba kung ano ito? Ito ay sumpa. Syempre, maaari ding masabi ito ng isang ina tungkol o tuwiran sa kanyang anak at pareho ang pinsalang magiging bunga nito. Magugulat ka kung gaano karaming tao ang nakikibaka sa buong buhay nila dahil sa sumpa ng magulang kagaya nito na naibinigkas sa kanila.

Sa Labas Ng Pamilya

Ang guro ay isa rin sa mga tao na maaaring magbigkas ng sumpa dahil sa kanyang kapangyarihan sa mga bata. Maaaring ang isang guro sa unang mga taon ay may isang mag-aaral na hindi niya makasundo. Maaaring masabi niya ang ganito, "Hindi ka talaga matututo. Hindi mo lang talaga kaya; hindi ka kailanman magtatagumpay." Muli, kailangan kong makitungo at palayain ang mga taong nangangailangan dahil sa sumpa na binigkas ng kanilang guro.

Dahil sa espiritwal na kapangyarihan na meron siya sa kanyang kongregasyon, ang pastor ay isa pang tao na may kapangyarihang magbigkas ng parehong mabuti o masamang bagay sa buhay ng kanilang mga tao. Halimbawa, ang pastor ay nagkaroon ng alitan sa isang miyembro ng kanyang kongregasyon, at maaaring may masamang kalooban na umalis ang taong ito. Maaaring sabihin ng pastor, "Saan ka man pumunta, hindi ka magtatagumpay hanggat hindi mo isina-sa-ayos sa mabuti ang sarili mo sa simbahang ito."

Muli, ito ay isang sumpa. Ang mga grupo ng mga relihesoyo ay madalas gumagawa nito; kung aalis ka sa ilang grupo bibigkasan ka agad ng sumpa nila, maniwala ka sa akin, hindi ito isang bagay na ipagbalewala lamang, napakatotoo nito.

Mga Alagad ni Satanas

Ang saloobin ng mga Kristiyano tungkol kay Satanas ay may dalawang sukdulan. Ang ilan ay tuluyan ng hindi pinapansin ito o namumuhay na para bang hindi ito totoo. Ang iba naman ay takot sa kanya at mas binibigyan pa ng maraming pansin kaysa sa nararapat lamang. Sa pagitan nitong sukdulan ay may angkop na kasulatan na titimbang mula sa Banal na Kasulatan.

Ang pangunahin niyang paraan ay ang panlilinlang, kung saan siya ang panginoon.

Ang ibig sabihin ng pangalang Satanas ay "kaaway" o "taga-tutol". Siya ang hindi nagbabago, determinadong kaaway ng Diyos mismo at ng bayan at mga layunin ng Diyos. Ang kanyang layunin ay ilagay ang buong sangkatauhan sa ilalim ng kanyang kontrol. Ang pangunahin niyang paraan ay ang panlilinlang, kung saan siya ang panginoon. Naghahari na si Satanas sa malaking bahagi ng sangkatauhan — sa lahat ng may mga saloobing nagrerebelde laban sa Diyos. Sa Efeso 2:2, siya ay inilarawan bilang "espiritung gumagawa sa mga sumusuway na mga anak." Ang karamihan nito ay walang maliwanag na larawan ng kanilang tunay na kalagayan. Sila ay nadadala ng mga pwersang paroo't parito, mga pwersa na hindi nila maunawaan at hindi rin nila makontrol.

Gayunpaman, mayroong mga kusang nagbukas ng kanilang sarili kay Satanas, kahit na wala silang alam sa tunay niyang katauhan. Sa paghahangad nila ng kapangyarihan at sa mga materyal na pakinabang, nagkaroon sila ng pagsasanay sa paggamit sa pwersa ng higit sa karaniwan na ibinahagi ni Satanas sa kanila. Itong mga alagad ni Satanas ay makikilala sa bawat kultura at binigyan ng ibat-ibang titulo. Albularyo, manggagamot at salamangkero ang madalas itawag marahil sa kanila ngunit may kanya-kanyang termino sa bawat kultura.

Hindi itinanggi ni Jesus na si Satanas ay totoo o mayroon itong kapangyarihan. Subalit nangako Siya sa kanyang mga alagad na ang kapangyarihang ibinigay niya sa kanila ay gagawin silang mapagtagumpay laban kay Satanas at poprotektahan sila sa lahat nitong pagtatangka na sila ay saktan.

Ang mga sumpa ay isa sa pangunahing sandata ng mga alagad ni Satanas laban sa bayan ng Diyos. Ito ay maliwanag na inilarawan sa kuwento ni Balak at Balaam sa Numero 22-24. Alam ng hari ng Moab na hindi niya matatalo ang Israel sa digmaan, kaya inupahan niya si Balaam at hiningi na magbigkas ito ng sumpa laban sa kanila. Kahit ngayong araw, kapag ang mga tribo ay nagdidigmaan, ang kanilang Albularyo ay nagbibigkas ng sumpa sa kanilang kaaway bago ito makipagdigmaan.

Gayunpaman, sa bawat pagtatangka ni Balaam na isumpa ang Israel, namagitan ang Diyos at ginawang pagpapala ang sumpa! Mahalagang maunawaan natin, na ang sumpang binigkas ni Balaam laban sa Israel ay hindi tiningnan ng Diyos na mga salitang walang kabuluhan at walang kapangyarihan. Bagkus, itinuring Niya itong malubhang banta sa Israel kaya ito ang dahilan kung bakit personal Siyang namagitan upang biguin ang balak ni Balaam. Hindi binago ng panahon ang pananaw ng Diyos. Hindi Niya isinaisantabi o minamaliit ang mga sumpang binigkas ng mga alagad ni Satanas laban sa Kanyang bayan. Sa kabaliktaran, pinagkalooban Niya ng mas higit na mataas na kapangyarihan ang Kanyang bayan.

Kapag ginamit ng bayan ng Diyos ang kapangyarihang ito, ang mahigpit na kapit ng sumpa ay nababali, at ang pagbabago sa buhay ng tao ay nakakagulat. Maraming panig sa daigdig ay nasa ilalim ng hindi nakikitang espiritwal na kapangyarihan ng mga albularyo. Nakita namin sa Afrika na maraming nabago ang buhay matapos mapalaya sila sa mga sumpa sa pamamagitan ng pagkumpisal at panalangin. Ang dating mga tao na hindi ngumingiti ay naging mga taong masayahin. Ang pagbabago ay parang mula sa gabi na naging araw.

Sa isang okasyon, isang lalake ang lumapit sa amin pagkatapos ng pulong. Maayos ang kanyang pananamit subalit pinunasan niya ng alikabok ang kanyang sarili, bilang kanyang paraan upang ipakita ang kanyang pagpapahalaga.

Sinabi niya, "Dati, ang buong buhay ko ay kahabag-habag. Maraming taon ding palagi akong may nararamdamang sakit sa aking katawan. Ngayon, malaya na ako. Wala na akong sakit at ako ay masaya."

Isang bagay lang naman ang nangyari, at ito ay dahil napalaya namin siya mula sa sumpa. Sa ilang lugar ay masyado na tayong naging sibilisado kaya nakalimutan na natin na may ilang bagay palang napakatotoo. Kahit na hindi tayo naniniwala sa mga ito, maaari pa rin tayong maapektuhan nito.

05 | Pag Sumpa Sa Sarili
At Mga Usapang Espiritwal

Ating nakita na ang mga salita, binigkas man o sinulat, ay may kapangyarihan na maaaring maka-apekto para sa mabuti o masama. Lahat tayo ay nakaranas ng panahon na kung saan ang mga salita ay siyang pinagkukunan natin ng kalakasan upang bigyan tayo ng pag-asa para magpatuloy. Maaaring mga salita itong sinabi ng iba para sa atin o sinabi natin sa ating sarili. Sa kasamaang-palad, maraming tao na hindi alam na sa pamamagitan ng sarili nilang salita ay maaaring magkaroon ng negatibong epekto sa sarili nila at sa ibang tao. Sa paggawa nito, sila mismo ang bumibigkas ng mga sumpa sa sarili nila.

Pag Sumpa Sa Sarili

Isiping muli ang kuwento ni Rebeka at Jacob. Alalahanin na si Rebeka ang naghikayat kay Jacob na unahan ang kanyang nakakatandang kapatid na si Esau, na siyang may karapatan sa pagpapala sa kanilang amang si Isaac. Matalino si Jacob at naisip niya agad kung ano ang maaaring mangyari, kaya sa Genesis 27:12, 13 nagsalita siya,

> *"Marahil ang aking ama ay mabubuko ako at magmumukhang manlilinlang ako sa kanya; at ako ang magdadala ng sumpa*

sa aking sarili at hindi pagpapala." Ngunit sinabi ng kanyang ina, "Pabayaan mong ang sumpa saiyo ay mapunta sa akin, anak ko."

Sa paggawa niya nito, siya mismo ang nagbigkas ng sumpa sa kanyang sarili. Di-naglaon sa kabanata, nagreklamo siya sa kanyang asawang si Isaac tungkol sa mga asawang napangasawa ni Esau na hindi niya ito mga gusto.Hindi nakukuha ni Rebeka ang nais niyang mangyari ukol sa kanila, kaya sinabi niya kay Isaac,

"Napapagod ako sa buhay ko dahil sa mga anak na babae ni Heth; Kung si Jacob ay mag-aasawa mula sa mga anak ni Heth, kagaya ng mga anak na babae ng lupaing ito, ano pang silbi ng buhay kong ito?'

Genesis 27:46

Nagbigkas siya ng dobleng sumpa sa sarili niya. Sinabi niya na pagod na siya sa kanyang buhay at tinanong kung anong pang silbi upang mabuhay -- ramdam niya na mabuti pang mamatay na siya.

Hindi ko masabi kung gaano karaming tao ang nakatagpo namin na nagbigkas ng sumpa sa sarili nila sa pamamagitan ng pagsalita ng, "Sana mamatay na ako, Anong pang silbi upang mabuhay? Hindi ko na kakayanin ito."

Hindi mo kailangang magsalita ng ganyan kadalas. Para na rin itong nag-aanyaya sa espiritu ng kamatayan at hindi mo kailangan ng maraming paanyaya; darating siya. Marami kaming nakitang tao na lumaya mula sa espiritu ng kamatayan.

Sa isang pulong sa Hilagang Ireland, nanalangin ako para sa lahat ng tao na nangangailangan mapalaya saespiritu ng kamatayan. Sa madlang may 2000 tao, mga 50 tao, karamihan ay mga bata pa, sabay-sabay silang napalaya.

"May isang uri ng sumpa na kahit ang Diyos ay hindi mapapangalagaan ang Kanyang bayan: ang sumpang binigkas nila sa kanilang sarili."

Paano ang ganitong kawalang pag-asang saloobin nakakapasok? Sa pamamagitan ng pagsasalita kagaya nito, "Hindi na magandang mabuhay. Ano pa ba ang ibibigay ng buhay sa akin? Mas mabuti pang mamatay na ako." Nakakakilabot at mapanganib ang pagsasalita nito dahil ikaw mismo ang nagbibigkas ng sumpa sa iyong sarili. Maaari mong sabihin, "Hindi ko naman itinuturing na seryoso ito" ngunit may taimtim na babala si Hesus laban sa mga pabaya, at walang saysay na pagsasalita kagaya nito.

Subalit, sinasabi ko sa inyo, na sa bawat walang saysay na salitang inyong binigkas, ay magbibigay sulit kayo sa araw ng paghuhukom. Dahil sa inyong mga salita,

kayo ay mapapawalang-sala
at sa inyong mga salita,
kayo ay hahatulan."

Kahit na sa katunayan ay "hindi itinuturing na seryoso ito" ng nagsasalita, hindi nangangahulugang mababawasan o makakansela ang epekto ng kanyang binigkas. O kaya mawawalang bisa ang kanyang pananagutan. Gaano kagusto ng Diyablo na linlangin ka na magsalita ng ganyang mga bagay. Kadalasan, ang mga bagay na ito ay nabibigkas sa mga walang kabuluhang dahilan. Maaari kang maguluhan o panghinaan ng loob at masabi mo ang mga bagay na ganyan, at hindi mo alam kung ano ang kabuluhan nito, ngunit maaaring itinatalaga mo na ang iyong kahihinatnan.

Isang halimbawa ng malawak at nakapanlulumong trahedya ng pagsumpa sa sarili ay makikita sa Mateo 27:24, 25. Ang eksena tungkol sa paglilitis ni Pontus Pilato kay Hesus.

Nang makita ni Pilato na talagang hindi siya makakapangibabaw, at sa halip isang kaguluhan ang magaganap, kumuha siya ng tubig at naghugas ng kanyang mga kamay sa harapan ng maraming tao, at siya ay nagsalita,
"Inosente ako sa dugo nitong taong matuwid. Kayo ang bahala nito."

At lahat ng tao sumagot at nagsalita, "Hayaan mong ang kanyang dugo ay singilin sa amin sampu pa ng aming mga anak."

Hindi mo talaga mauunawaan ang kasaysayan ng bayan ng Judio sa nakalipas na labingsiyam na daangtaon hanggang sa makita mo ang pangunahing dahilan nito, ito ay dahil sa pagsumpa nila sa kanilang sarili, nagpatuloy ito sa kanilang sali't-saling henerasyon. Ang Diyos lamang ang nakaka-alam kung gaano karami ang pag-uusig at paghihirap ang dinaanan ng mga Judio na nagmula dito. Kanina, nakita natin kung paano nagbibigay proteksyon ang Diyos para kay Jacob at sa kanyang salinglahi – ang bayan ng Judio – laban sa lahat na gustong magbigkas ng sumpa laban sa kanila. Ngunit, may isang uri ng sumpa na kahit ang Diyos ay hindi mapapangalagaan ang Kanyang bayan: *ang sumpang binigkas nila sa kanilang sarili.*

Wala Sa Kasulatan Ng Mga Tipan

Sa Exodus 23:32, nang papasok na sila sa ipinangakong lupain, binalaan ng Diyos ang Israel tungkol sa mga masasama at sumasamba sa mga diyos-diyusan ng mga bansa na naroroon, "Huwag kayong gagawa ng tipan sa kanila at sa kanilang mga diyos."

Ang isang tipan ay ang pinakataimtim at pinakamalakas na paraan ng pakikipag-relasyon na kung saan maaaring pumasok ang tao. Alam na alam ito ni Satanas kaya sinasamantala niya ang tipan ng pakikipag-relasyon na gawa niya upang makamit niya ang pinakamalakas na paraan upang makontrol niya ang mga tao. Samakatuwid, kung makikipag-tipan ka sa mga taong nasa ilalim ng kapangyarihan ng masasamang pwersa, ikaw din ay mapapasailalim ng parehong pwersa.

Ito ay totoo lalo na sa mga lihim na samahan. Ang "Freemasons" ang pinakamalinaw na halimbawa nito na makikita sa buong daigdig. Upang makasali, ang isang tao ay kailangan itali ang kanyang sarili sa pinaka-malupit at barbarong panunumpa na kailanman ay hindi niya isisiwalat ang mga sekreto ng Samahang Mason. Napaka-imposibleng makakuha kahit-saanman ng ganitong nakakatakot na halimbawa ng panunumpa -- ang pagpataw ng sumpa sa sarili.

Ang Samahang Mason ay isang huwad na relihiyon dahil isang huwad na diyos ang kanilang kinikilala. Maraming bagay at simbolo na nag-uugnay sa

Kristiyanismo – kasama ang Bibliya – ang ginagamit ng Samahang Mason, ngunit isa itong panlilinlang. Ang diyos na kinikilala ng Samahang Mason ay hindi ang Diyos ng Bibliya.

Anumang pakikipag-uganayan sa grupong ito ay magdadala ng kapahamakan sa iyo at sa iyong salinglahi. Ang Diyos lang ang tanging nakaka-alam kung gaano karaming mga pilay, mga mahihina ang isip, at mga malulungkot na bata na ang ugat ng problema ay nagmula sa paglahok ng kanilang magulang sa "Freemasons".

Gawin mo na ang gusto mo tungkol dito, ngunit ang mga kahihinatnan ay iniutos na ng Diyos, at walang kang magagawa upang baguhin ito.

Ang ganitong uri ng mga tipan ay makapangyarihan at nanatili.

Ang ganitong uri ng mga tipan ay makapangyarihan at nanatili. Hindi ka malayang makipag-tipan sa kaninuman at sa kung anupaman, maliban sa tipan na gawa sa dugo ni Hesus.

Sa puntong ito dapat ay maliwanag na sa atin na ang mga salita natin ay may kapangyarihang lakas, na maaaring magbigay ng positibo o negatibong epekto. Mga salita o kahit panalangin na nagmumula sa puso ng tao ay nagbubunga ng negatibong resulta gaya rin ng pagbigkas ng sumpa sa sarili. Maraming Kristiyano ang magugulat nito, ngunit, kailangang maunawaan natin na si Santiago ay sumulat sa Kristiyano at tungkol dito nang magbigay siya ng babala:

Ngunit kung mayroon kang makasarili at mapait na paninibugho sa iyong puso, Huwag kang magyabang at magsinungaling laban sa katotohanan. Dahil ang ganitong karunungan ay hindi nagmumula sa taas, ngunit ito ay maka-mundo, mahalay, at mula sa diyablo.

Santiago 3:14-15

Ang susi upang maunawaan ang pababang proseso ay nakasalalaylay sa salitang "mahalay". Ang salitang Griego na *psuchikos,* ay nagmula mismo sa salitang *psuche,* na ang kahulugan ay "kaluluwa". Ang katumbas na salita sa Ingles ay "soulish".

Sa 1 Tesalonica 5:23 ipinalangin ni Pablo, "Nawa ang Diyos ng kapayapaan mismo ay ganap kayong pabanalin; at ang iyong buong espiritu, kaluluwa at katawan ay pangalagaan ng walang kasalanan." Pinagsama dito ni Pablo ang tatlong elemento na bumubuo sa personalidad ng isang tao, at inilista niya ito sa pababang pagkasunod-sunod mula sa itaas pababa: una espiritu, pangalawa kaluluwa, pagkatapos katawan.

Sa pagkakasala ni Adan, na nagresulta sa pagsuway ng tao, ang kanyang espiritu ay naputol mula sa Diyos. Kasabay nito, ang kanyang kaluluwa ay nagsimulang magpahayag ng pagsasarili sa kanyang espiritu. Itong bago at di-nakakabit na pakikipagrelasyon ay pareho ang kinahinatnan at nagpapahayag ng rebelyon laban sa Diyos.

Ang 1 Corinto 2:14-15 at ang Judas 16-17 ay makakatulong upang maunawaan natin kung ano ang natural o "soulish" na tao. Habang ang espiritwal na tao ay namumuhay ayon sa kalooban ng Diyos, ang natural na tao naman ay hindi tugma sa kalooban ng Diyos. Maaaring kasapi siya sa isang simbahan at maaaring lumitaw na isa siyang Kristiyano, ngunit ang tunay niyang suwail na kalooban at pag-uugali ay nagpapadalamhati sa Espiritu ng Diyos, at nagiging dahilan na may matisod sa Katawan ni Kristo.

Makikita ito sa iba't-ibang paraan kung paano magsalita ang isang tao. Sa Roma 1:29-30 nagbigay ng listahan si Pablo ng kahihinatnan ng tao dahil sa pagsuway sa Diyos. Narito ang ilan sa nakalista, "Puno sila ng inggit, mamamatay tao, pala-away, mapanlinlang, at masasama ang hangarin. Sila ay mga tsismoso, mapanglait, napopoot sa Diyos, walang galang, mapagmataas, at mayayabang." Ang pagsama ng pagtsimis sa listahan ay nagpapakita kung gaano kaseryoso ang Diyos tungkol sa kasalanan.

Sa magkasing-tulad na paraan nagbabala si Santiago sa atin, "Huwag magsasalita ng masama laban sa isa't-isa, mga kapatid." (Santiago 4:11). Ang kahulugan sa orihinal na Griego ay "ang magsalita ng laban", kaya hindi tayo maaaring magsalita laban sa ating kapwa mananampalataya – kahit ang sinasabi natin ay totoo tungkol sa kanila. Hindi kasama dito ang pagsalita ng katotohanan sa isa't-isa (punahin ang pang-ukol),

hangga't inuna muna natin ang taong sangkot (ayon sa Mateo 18:15-17) at may kalooban ng pagmamahal at pagpapakumbaba (ayon sa Efeso 4:15).

Itong pagpapakumbaba at dalisay na motibo ang dahilan upang tayo ay umasa sa tulong ng Banal na Espiritu sa pananalangin upang malaman natin kung *ano ang dapat* ipanalangin at *kung paano* mananalangin para dito. Lubos ang pag-asa natin sa tulong ng Banal na Espiritu upang makapanalangin tayo ng epektibo. Sa Roma 8:26-27 ganito kalinaw ang sinabi ni Pablo:

Gayunpaman, ang Espiritu ang siyang tumutulong sa ating mga kahinaan. Dahil hindi natin alam kung ano ang dapat nating ipanalangin, ngunit ang Espiritu mismo ang namamagitan para sa atin na may mga hikbi na hindi maibigkas sa salita. Ngayon, Siyang sumusuri ng mga puso ay alam kung ano ang nasa isip ng Espiritu, dahil siya ang namamagitan para sa mga mananampalataya ayon sa kalooban ng Diyos.

Marami pa ang maaaring masabi tungkol sa ganitong panalangin ngunit gusto ko lang na ipakita, na maraming tao na ang palagay sa mga panalangin nila ay laging katanggap-tanggap sa Diyos at ang mga epekto nito ay palaging mabuti, hindi po ito totoo.

Kung hindi tayo magpapasakop sa Banal na Espiritu at hanapin ang kanyang pag-gabay, malamang na ang panalangin natin ay udyok lamang ng maka-mundong saloobin natin gaya ng inggit, makasariling hangarin, sama ng loob, galit o pintas. Ang Banal na Espiritu ay hindi sasang-ayon sa ganitong panalangin na nagmumula sa ganitong saloobin, at hindi Niya ito idudulog sa harapan ng Diyos Ama.

Samakatwid, di-maiiwasan na ang ating panalangin ay lumubha katulad ng nakita natin sa Santiago 3:15: maka-mundo — mahalay -- mula sa diyablo. Ang epekto ng ganitong mahalay na panalangin ay katulad ng mahalay na usapan; negatibo ito at hindi positibo. Nagpapakawala ito laban sa mga taong ipinapanalangin natin ng di-nakikita at di-matukoy na kagipitan, at hindi nagbibigay ng kaluwagan ng kanilang mga pasanin kundi nadadagdagan pa.

May mga tao na ang panalangin para saiyo ay mas mabuti pang wala na lang.

May mga tao na ang panalangin para sa iyo ay mas mabuti pang wala na lang. Maaaring ito'y nakakagulat, ngunit may mga tao na may sariling kaisipan kung ano ang dapat gawin ng ibang tao sa kanilang paglilingkod, at kung saan sila dapat pumunta at kung anu-ano pa. Maaaring subukan nilang ipanalangin ito upang maganap, ngunit hindi naman ito ang loobin ng Diyos. Maaaring sa tuwing sumusubok kang gumawa ng tiyak na mga

bagay ay nakakaranas ka ng panggigipit dahil ipinapanalangin pala nila ito laban sa iyo.

Wala pang panalangin na hindi epektibo. Ang tanong ay kung ang epekto ba ay positibo o negatibo. Iyan ay nalalaman sa pamamagitan ng kapangyarihang nasa likod nito. Nagmumula ba ito sa Banal na Espiritu? O mula ito sa mga espiritung huwad? Ang kapangyarihan ng espiritwal na panalangin ay parehong totoo at mapanganib. Ang resulta nito ay hindi pagpapala kundi sumpa.

06 | Pitong Palatandaan Ng Isang Sumpa

Sa pamamagitan ng personal na pagmamasid at karanasan, nakaipon ako ng listahan ng pitong bahagi sa buhay ng tao na nagpapahiwatig na mayroon ngang sumpa sa bahaging iyan. Ang pagkakaroon ng isa o dalawa nitong mga problema ay maaaring hindi sapat upang magtatag ng kapani-paniwalang katiyakan na may nagaganap na sumpa. Ngunit, pag may ilang problema ang naroroon, at kahit alin man dito ay madalas na umuulit, ang katiyakan na mayroong sumpa ay lumalaki ang katiyakan. Gayunman, bilang huling dulugan, kailangan natin ang pag-gabay ng Banal na Espiritu dahil Siya lang ang makakapagbigay nito ng lubos na tiyakang "pagkilala".

1.   Mental o emosyonal na pagkasira
Kapag ang emosyonal na pagkasira ay nangyari ng isang beses lang sa buhay, maaaring may iba itong dahilan. Subalit, kung paulit-ulit itong nangyayari sa isang pamilya, maaari mo nang masabi na ang isang pamilya ay nasa ilalim ng sumpa. Ang pagkalito at depresyon ay madalas kaugnay at halos walang paltos na ang ugat nito'y mula sa ilang uri ng paglahok sa gawain ng kadiliman o mga maka-demonyong gawain.

2. Paulit-ulit na sakit o karamdaman

Hindi naman nangangahulugan na ang bawat uri ng sakit ay tuwiran ng resulta ng isang sumpa. Ito ay partikular na makabuluhan kapag walang makitang sanhi sa medikal na pagsusuri. At pag ang isang uri ng karamdaman ay namamana, o sa ibang salita ay naipapasa mula sa isang henerasyon at sa mga susunod pang mga henerasyon, madalas itong palatandaan ng epekto ng sumpa.

3. Ang pagkabaog, palaging nakukunan at kaugnay na mga problema ng babae

Kadalasanang mga problema na konektado sa panganganak ay maaaring maka-apekto sa lahat ng babae sa pamilya. Kung mayroong mga babaeng pumupunta sa amin ni Ruth upang ipanalangin tungkol sa ganoong mga problema, madalas pinapangaralan muna namin sila tungkol sa likas at sanhi ng mga sumpa at pagkatapos kasama sila, ay nananalangin kami ng panalanging pagpapalaya. Marami na kaming nakitang madulang pagbabago.

4. Pagkasira ng relasyon ng mag-asawa at pagkakahiwa-hiwalay ng pamilya

Ang Malakias 4:5-6 ay naglalarawan ng malupit na kalagayan ng daigdig bago magtapos ang panahong ito. Ipinakita ng propeta na may kumikilos na masamang pwersa dito, ang pagkakahiwalay ng mga magulang sa mga anak at pagkasira ng relasyon ng mga pamilya.

Maliban na lamang kung mamagitan ang Diyos, nagbabala siya, itong sumpa na sumisira sa mga pamilya ay lalaganap sa buong daigdig.

5. Patuloy na pagkukulang sa pananalapi

Ang Deuteronomio 28:47-48 ay nagpapakita ng maliwanag na larawan ng pagsasakatuparan ng isang sumpa.

> *Dahil hindi kayo naglingkod sa Panginoong Diyos ng may kagalakan at may saya sa panahon ng kasaganaan, samakatwid, sa gutom at uhaw, sa pagkahubad at paghihirap, maninilbihan kayo sa inyong kaaway na ipinadala laban sa inyo ng Panginoon.* (NIV)

Ang dalawang bersong ito pag pinagsama, ay nagtuturo ng isang simpleng konklusyon: ang kasaganaan ay isang pagpapala at ang kahirapan ay isang sumpa. Ang layunin ng Diyos sa Kanyang bayan at kasaganaan, na binuod ni Pablo sa 2 Corinto 9:8,

> *Sapagkat ang Diyos ay kayang gawing masagana ang lahat ng biyaya para sa iyo, upang ikaw, ay laging mayroong kasapatan sa lahat ng bagay, para sa bawat mabuting gawain may kasaganaan ka.*

Ang kahirapan ay ang pakakaroon ng kakulangan sa pangangailangan mo upang gawin ang kagustuhan ng Diyos sa buhay mo. Sa kabilang dako, ang kasaganaan ay ang pagkakaroon ng lahat na pangangailangan mo upang gawin ang kagustuhan ng Diyos – at mayroon pang sobra upang makapagbigay pa sa iba.

6. Ang pagiging "madalas ma-aksidente"

May ilang mga tao na mayroong hindi karaniwang bilang ng mga aksidente. Para bang may di-nakikitang, malisyosong espiritu na kumikilos laban sa mga taong ito. Ito ay isang kalagayan na natutukoy sa pamamagitan ng pag-aaral ng mga istatistika. May ilang kompanya ng panseguro na itinataas ang bayad sa mga taong itinuturing na nasa hindi karaniwan ang panganib.

7. Ang may kasaysayan ng pagpapakamatay at di-natural o wala sa oras ang pagkamatay.

Ang ganitong uri ng sumpa ay madalas hindi lang sa isang tao nakaka-apekto kundi sa mas malaking yunit sa lipunan gaya ng pamilya o tribo. Karaniwan din, ito ay nagpapatuloy mula sa isang henerasyon at sa mga susunod pa. Ang listahan sa itaas ng pitong palatandaan ng sumpa ay hindi nangangahulugang kumpleto na ito. May iba pang maaaring maidagdag dito. Marahil hanggang dito na ang iyong nabasa, subalit, kailangan mong magsiyasat sa iyong kalagayan.

Ikatlong Bahagi

Paano Makakalaya

Sa tingin mo ba ngayon, ang buhay mo kaya ay maaaring apektado ng sumpa? Nag-iisip ka ba kung mayroong paraan palabas mula sa ilalim ng aninong madilim na laging sumasara sa liwanag ng pagpapala ng Diyos? Hindi mo kailangang pangibabawan ng epekto ng mga sumpa; kahit ito man ay nagmula sa buhay ngayon o resulta ng mga ginawa ng naunang henerasyon. Maaaari kang makalaya sa mga panggigipit na akala mo ay kasama sa buhay mo.

Kadalasan kailangan nating tiyakin kung ano ang sanhi o dahilan ng sumpa -- hindi palagi -- ngunit kailangan. Ito ang dahilan kung bakit ko binalangkas sa mga nakaraang bahagi ang iba't-ibang maaaring mangyari, dahil nagtitiwala ako sa Banal na Espiritu na mangusap sa inyo habang nagbabasa kayo. Hindi ko sinasabi na kailangan mo pang malaman, ngunit sa karamihan ng kaso, ibig ng Diyos na malaman natin kung saan tayo pinalaya, at kung papaano ito dumating sa atin. Kung ipinakita ng Diyos ito sa iyo, samakatwid, kumilos ayon sa ipinakita Niya sa iyo.

Oo, mayroong paraan upang makalaya! Ngunit, ito'y tanging isa lamang: sa pamamagitan ng sakripisyong kamatayan ni Hesus sa krus.

Sa bahaging ito, dito ipapaliwanag ang simple at praktikal na mga tuntunin kung paano mo makita at masundan ang kaparaanan ng Diyos – mula sa anino patungo sa liwanag, mula sa sumpa patungo sa pagpapala.

07 | Ang Banal na Palitan

Ang kabuuhang mensahe ng Ebangelyo ay umiikot sa isang natatanging pangyayari sa kasaysayan: ang sakripisyong kamatayan ni Hesus sa krus. Tungkol dito ang sumulat ng Hebreo ay nagsabi: *"Samakatuwid, sa pamamagitan lamang ng isang paghandog* (sakripisyo) *ay kanyang* (Hesus) *ginawang ganap magpakailanman ang mga pinaging banal ng Diyos"* (HEBREO 10:14). Dalawang makapangyarihang salita ang pinagsama: *"ganap"* at *"magpakailanman."* Pag pinagsama ito, ipinapakita nito ang paghahandog na sumasagot sa lahat na pangangailangan ng buong sangkatauhan. Sa karagdagan pa, ang epekto nito ay para sa lahat ng panahon at magpakailanman.

Ito ang mahalagang pundasyon ng ating paglaya. Sa krus nangyari ang itinalagang banal na palitan. Una, inako at tiniis lahat ni Hesus ang ating masasamang kahahantungan na dapat ay para sana sa atin dahil sa ating mga kasalanan. At ang kapalit ay mai-alok ng Diyos sa ating lahat ang kabutihang dapat ay para kay Hesus dahil sa kanyang pagsunod kahit wala Siyang kasalanan.

Hayaan nating ibuod ng maikli ang lahat ng natapos nang kaganapan sa krus upang magkaroon tayo ng pagpapahalaga sa lawak ng ating katubusan.

Si Hesus ay pinarusahan upang tayo ay mapatawad.
Si Hesus ay nasugatan upang tayo ay gumaling.

Itong dalawang katotohanan ay magkaugnay. Sa espiritwal na dimensyon, tinanggap ni Hesus ang kaparusahan na dapat tayo ang tumanggap, at sa kabila nito, tayo naman ay mapatawad at magkaroon ng kapayapaan.

Sa pisikal na dimension, kinuha ni Hesus ang ating karamdaman at mga pasakit, upang tayo, sa pamamagitan ng Kanyang mga sugat ay magsipaggaling.

Ginawang kasalanan si Hesus sa pamamagitan ng ating kasalanan upang tayo ay maging matuwid ng Kanyang katuwiran.

Ang pangatlong aspeto ng palitan ay nabubunyag sa Isaias 53:10, na nagsasabi na ginawang Panginoon ang kaluluwa ni Hesus bilang *"alay para sa kasalanan"*. Lahat ng ito ay naipakita bilang anino sa ibat-ibang uri ng mga alay para sa mga kasalanan sa mga alintuntunin ng Kautusan ni Moises.

Ang 2 Corinto 5:21, ay ibinatay ni Pablo sa Isaias 53:10 at kasabay nito inilarawan niya ang positibong aspeto ng palitan. "Dahil ginawa Niya (Diyos) Siya (Hesus) na walang kasalanan na maging kasalanan para sa atin, upang tayo ay maging katuwiran ng Diyos sa Kanya." Hindi kailanman makakamit natin itong katuwiran, ito ay matatanggap lamang sa pamamagitan ng pananampalataya.

Si Hesus ay namatay ng ating kamatayan
Upang tayo ay makabahagi sa kanyang buhay

Ang buong Kasulatan ay nagbibigay diin na ang pinakahuling kahihinatnan ng kasalanan ay ang kamatayan. Nang si Hesus ay naging kaisa sa ating kasalanan, hindi maiiwasang maranasan din Niya ang kamatayan na siyang kahihinatnan ng kasalanan ng tao.

Sa lahat ng tumanggap sa Kanyang pakikipagpalit na sakripisyo, ang kapalit, ay ini-aalok na Niya ngayon, ang regalong buhay na walang hanggan. Sa Roma 6:23 nagbigay si Pablo ng dalawang pagpipilian: "Dahil ang kabayaran (tamang gantimpala) ng kasalanan ay kamatayan, ngunit ang regalo (di-pinapagalan) ng Diyos ay buhay na walang hanggan, na nasa kay Kristo Hesus na ating Panginoon."

Si Hesus ay naging mahirap ng ating kahirapan
Upang tayo ay maging mayaman
ng Kanyang kayamanan

Sa Deuteronomio 28:48, binuod ni Moises ang lubos na kahirapan sa apat na paglalarawan: kagutuman, kauhawan, kahubaran at ang pangangailangan sa lahat ng bagay. Lahat ng ito ay naranasan ni Hesus sa krus upang ating maranasan ang Kanyang kasaganaan. Kadalasan, ang ating "kasaganaan" ay katulad ng kay Hesus nang Siya ay nasa lupa pa. Hindi tayo magdadala ng malaking halaga ng pera, o mayroong malaking deposito sa banko. Ngunit, sa araw-araw, mayroon tayong sapat para sa ating pangangailangan at mayroon ding sobra para sa pangangailangan ng iba.

**Pinasan ni Hesus ang ating kahihiyan
Upang makabahagi sa Kanyang kaluwalhatian.**

**Tiniis Niya ang ating pagtanggi
upang makamit natin ang Kanyang pagtanggap
sa atin bilang mga anak ng Diyos.**

Ang palitan sa krus ay sumasakop din sa mga uri ng emosyonal na paghihirap na nagmula sa kasalanan ng tao. Ang dalawang pinakamalupit na sugat na natamo natin dahil sa kasalanan ay ang kahihiyan at ang tayo ay tanggihan. Ang pagbitay sa krus ang pinaka-nakakahiya at pinakamababa sa lahat ng uri ng kamatayan. Sa krus naranasan ni Hesus ang pinakamasakit na paghihirap dahil sa nawasak na relasyon sa Ama. Nang tumawag Siya sa Ama, hindi ito tumugon. Muli, tiniis ni Hesus ang kasamaan upang ang kapalit ay magalak tayo sa kabutihan.

**Si Hesus ay naging sumpa
Upang matanggap natin ang pagpapala.**

Binuod ni Pablo ang aspetong ito ng palitan sa Galacia 3:13-14.

Tinubos tayo ni Hesus sa sumpa ng Kautusan, Siya ay naging sumpa para sa atin (dahil nasusulat, "Sumpain ang sinumang nakabitay sa puno").

Upang ang pagpapala ni Abraham ay matamo ng mga Hentil na nasa kay Kristo Hesus, at nang matanggap natin ang ipinangakong Espiritu sa pamamagitan ng pananampalataya.

Ito ang pinagbabatayan ng ating kaligtasan. Kailangang nakabatay ito sa pamamagitan ng pananampalataya sa ginawa ni Kristo para sa atin sa krus. Naging matuwid tayo, sapagkat Siya ay ginawang makasalanan, upang maaari nating matanggap ang pagpapala, sapagkat Siya ay ginawang sumpa. Ang Kautusan ni Moises ay nagsasabi sa Deuteronomio 21:23, ang sinumang ibinitay sa puno ay magiging sumpa. Sa bawat Judiong alam ang Kautusan ni Moises, nang makita nila si Hesus na nakabitay sa krus, alam nilang ginawa Siyang sumpa. Salamat sa Diyos, ang dahilan kung bakit Siya ginawang sumpa, ay upang tayo ay mailigtas mula sa sumpa.

Kailangan mong ilagay sa isip mo na pagkatapos kang mailigtas, kailangan mong sumunod sa mga kondisyon, gaya ng pakikinig sa tinig ng Diyos at pagsunod sa sinabi Niya. Sinabi ni Hesus sa Juan 10:27, "Ang aking mga tupa ay nakikinig sa tinig ko, at kilala ko sila at sila ay sumusunod sa akin."

Kaya sa tagubilin ng pagpapala, at upang mamuhay sa pagpapala, kung may sumpa na kumikilos sa buhay mo, kailangan matubos ka muna sa sumpa – mailigtas. Sa pamamagitan ng kamatayan ni Hesus ito ay legal na nasa atin na. Nakamit na Niya ito para sa atin. Ang gagawin na lang natin ay kumilos mula sa legal patungo sa nanaranasan; kailangang umiiral na ito sa ating mga buhay. Nais kong sabihin sa inyo kung paano ito gagawin. Ang legal na basehan ay naririyan na. Ang Diyos ay wala ng gagawin pa, kailangang angkinin natin ang ginawa ng Diyos para sa atin.

08 | Pitong Hakbang sa Paglaya

Nasa salitang "kaligtasan" na ang kabuuan ng lahat na gawaing nais gawin ng Diyos para sa ating mga buhay. May ilang paraan, na ang sakop ng gawaing ito ay nakukubli dahil sa iba't-ibang paraan ng pagsasalin ng Griegong pandiwa na "sozo" sa iba't-ibang parte ng Bagong Tipan. Ito ay madalas na isinasalin na "iligtas" ngunit ginagamit din ito sa iba't-ibang paraan na lumalampas pa sa pagpapatawad ng mga kasalanan.

Ginagamit ito, halimbawa, sa maraming kaso ng pisikal na paggaling ng tao. Ginagamit din ito sa taong napalaya laban sa demonyo at sa patay na taong muling nabuhay. Sa kaso ni Lazarus, ginamit ito sa pagpapanumbalik mula sa nakamamatay na karamdaman. Sa 2 Timoteo 4:18 ginamit ni Pablo ang parehong pandiwa upang isalarawan ang patuloy na pagpapanatili at proteksyon laban sa masama, na magpapatuloy sa buong buhay niya.

Ang kabuuang gawain ng kaligtasan ay kasama ang lahat na bahagi ng buong pagkatao. Ito ay napakagandang nabuod sa panalangin ni Pablo sa 1 Tesalonica 5:23: "At pakabanalin nawa kayong lubos ng Diyos din ng kapayapaan; at ang inyong espiritu at kaluluwa at katawan ay ingatang buo, na walang kapintasan sa pagparito ng ating Panginoong HesuKristo."

Kasama sa kaligtasan ang kabuuhan ng tao – espiritu, kaluluwa at katawan -- at ito ay magaganap lamang sa pamamagitan ng muling pagkabuhay ng katawan sa muling pagbabalik ni Kristo.

Walang sinumang sabay-sabay na nararanasan ang lahat na probisyon ng kaligtasan. Normal lang na dumaan mula sa isang antas patungo sa susunod na probisyon. Maraming Kristiyano ang hindi makuhang makalampas sa pagtanggap ng kapatawaran ng kanilang kasalanan. Hindi nila alam ang marami pang ibang probisyon na malayang nilang makukuha.

Ang pasunod-sunod na pagtanggap ng iba't-ibang probisyon ng isang tao ay itinatalaga ng kapangyarihan ng Diyos, na nakikitungo sa ating lahat bilang mga indibidwal. Alam Niya ang ating pinakamalaking pangangailangan sa lahat ng oras kahit hindi natin ito alam. Naglagay ang Diyos ng pagpipilian para sa bawat isa sa atin. Ang mga pagpipilian ay maliwanag: Buhay at pagpapala, sa kabila naman ay, kamatayan at sumpa. Gaya ng Israel, tayo ang gumagawa ng ating kahahantungan sa pamamagitan ng ating pagpipili. Ang ating pagpipili ay maaaring maka-apekto sa ating salinlahi.

Sa oras na pinili na natin ito, maaari na nating angkinin ang paglaya sa anumang sumpa na laban sa buhay natin. Anu-ano ang mga dapat nating gagawin? Walang isang paraan na dapat sundan ng lahat. Gayunman, sa pagdala ng tao sa punto ng

pagpapalaya, nalaman kong mainam na gabayan sila sa pamamagitan ng pitong hakbang na nakabalangkas sa ibaba.

1. Ikumpisal ang iyong pananampalataya kay Hesus at sa sakripisyo niya para sa iyo.

Sa Roma 10:9 ipinaliwanag ni Pablo na may dalawang mahalagang kondisyon upang matanggap ang mga benepisyo ng sakripisyo ni Kristo: maniwala mula sa puso na si Hesus ay binuhay na muli ng Diyos at ikumpisal sa pamamagitan ng iyong bibig na Siya ay Panginoon. Ang pananampalataya sa puso ay hindi lubos na epektibo hanggang ito ay maging kumpleto sa pamamagitan ng pagkukumpisal mula sa bibig.

Ang salitang *kumpisal* ay literal na nagangahulugang "sabihin na pareho ito sa". Sa konteksto ng pananampalataya batay sa Bibliya, ang pagkumpisal ay nangangahulugang, tayo ay magsasalita sa pamamagitan ng ating bibig ayon sa salitang sinabi na ng Diyos sa Kanyang Salita. Sa Hebreo 3:1 si Hesus ay tinawag na "ang Dakilang Saserdote ng ating pananampaltaya." Pag ginawa natin ang tamang pagkumpisal ayon sa Kasulatan tungkol sa Kanya, ginagampanan Niya ang Saserdoteng paglingkod para sa atin.

2. Magsisi sa lahat ng iyong pagrerebelde at kasalanan

Kailangan mong akuin ang personal mong pananagutan sa suwail mong damdamin tungo sa Diyos at ang kasalanang nagresulta dito. Narito ang iminungkahing pagkumpisal na hinihingi ng Diyos upang makita ang iyong pagsisi:

Isinusuko ko ang lahat ng aking pagrerebelde at ang lahat ng aking kasalanan at nagpapasakop ako sa Iyo bilang Panginoon ko.

3. Tanggapin ang pagpapatawad ng lahat na kasalanan.

Ang malaking hadlang na nakakapigil sa pagpapala ng Diyos sa ating buhay ay ang kasalanang hindi napatawad. Gumawa na ng probisyon ang Diyos upang mapatawad ang kasalanan natin, subalit, hindi Niya gagawin ito hangga't hindi tayo nagkukumpisal. Maaaring ipinakita ng Diyos sa iyo na may mga tukoy kang kasalanan na nagawa upang malantad ka sa sumpa. Kung gayon, gawin mo ang pagkukumpisal na tukoy ang kasalanang iyon. "*Kung ikukumpisal natin ang ating mga kasalanan*, tapat Siya at makatarungan na patatawarin tayo sa ating mga kasalanan at lilinisin tayo mula sa lahat ng ating pagkakasala." (1 Juan 1:9)

4. Patawarin mo ang lahat ng tao na nanakit sa iyo o gumawa ng masama sa iyo.

Isa pang hadlang na nakakapigil sa pagpapala ng Diyos sa ating buhay ay ang hindi pagpapatawad mula sa puso tungo sa ibang tao. Ang pagpapatawad sa ibang tao, una sa lahat ay hindi emosyon; ito ay isang desisyon. Hilingin mo sa Diyos na ipa-alala sa iyo ang sinuman na kailangan mong patawarin. Gagabayan ka ng Banal na Espiritu na gumawa ng tamang desisyon, ngunit, hindi Niya ito gagawin para sa iyo. Sabihin mong malakas, "Panginoon, pinapatawad ko si _____."

5. Talikuran mo ang lahat ng pakikipag-ugnayan sa gawain ng kadiliman o maka-satanas na mga bagay.

Kasama dito ang malawak na abot ng mga aktibidad at mga gawain. Kung ikaw ay nasangkot nang kahit minsan sa ganitong mga aktibidad at mga gawain, nakatawid ka sa di-nakikitang hangganan ng kaharian ni Satanas. Simula noon, kahit alam mo man o hindi, ibinilang ka na ni Satanas na isa sa mga sakop niya. Sa pananaw niya, mayroon siyang legal na karapatan sa iyo.

> *"Kailangan mong wakasan at putulin mapakailanman ang lahat ng ugnayan mo kay Satanas."*

Kailangan mong wakasan at putulin magpakailanman ang lahat ng ugnayan mo kay

Satanas. Kung hindi ka nakakatiyak tungkol sa anumang partikular na aktibidad, hilingin mo sa Diyos na maliwanag Niya itong ipakita ito sa iyo. Kailangan mo rin na alisin ang lahat na bagay na maaaring mag-ugnay pa sa iyo sa anumang aktibidad na nasa taas. Kasama dito ang lahat na imahen, anting-anting, aklat at iba pa. Kailangan itong sunugin o basagin o kaya ay sirain.

6. **Ngayon, ikaw ay handa nang manalangin ng panalangin ng pagpapalaya sa anumang sumpa.**
Mahalaga na ang iyong pananampalataya ay nakabatay lang sa nakamit na ni Hesus para sa iyo sa pamamagitan ng Kanyang sakripisyo sa krus. Hindi mo kailangang "pagtrabahuhan" ang iyong paglaya. Hindi mo rin kailangan maging "karapat-dapat".
Narito ang isang panalangin na angkop:

Panginoong HesuKristo, naniniwala ako na Ikaw ay ang Anak ng Diyos at ang nag-iisang daan patungo sa Diyos; at Ikaw ay namatay sa krus para sa aking mga kasalanan at muling nabuhay mula sa patay.

Isinusuko ko ang lahat ng aking rebelyon at ang lahat ng aking kasalanan at nagpapasakop ako sa Iyo bilang aking Panginoon.

Ikinukumpisal ko ang lahat kong mga kasalanan sa harapan Mo at hinihingi ko ang

Iyong kapatawaran — lalo na sa anumang kasalanan na naglantad sa akin sa sumpa. Palayain Mo rin ako sa mga naging bunga ng mga kasalanan ng aking mga ninuno.

Sa desisyon na aking kagustuhan, pinapatawad ko ang lahat na nanakit at gumawa ng masama sa akin — sa kagustuhan kong patawarin ako ng Diyos. Partikular na pinapatawad ko si _____.

Tinatalikuran ko ang lahat ng pakikipag-ugnayan sa gawain ng kadiliman o makasatanas na mga bagay — kung mayroon man akong "umu-ugnay na mga bagay", nangangako akong sisirain ko ang mga ito. Kinakansela ko ang lahat na pag-angkin ni Satanas laban sa akin.

Panginoong Hesus, nananalig ako na doon sa krus ay inako Mo sa sarili Mo ang lahat ng sumpang maaaring dumating sa akin. Samakatuwid, hinihiling ko sa Iyo ngayon na palayain mo ako sa anumang sumpa na nasa aking buhay — sa pangalan mo, Panginoong Hesu-Kristo!

Sa pamamagitan ng pananampalataya, tinatanggap ko ang aking paglaya at nagpapasalamat ako sa Iyo.

7. **Ngayon manalig kang ito'y natanggap mo na at humayo kang kasama ang pagpapala ng Diyos!**

Sa puntong ito, huwag mong isipin kung anong uri ang pagpapalang darating at kung paano ito ibibigay ng Diyos sa iyo. Hayaan mo ito sa kamay ng Diyos. Hayaan mo kung paano Niya gagawin ito at kung kailan. Ang parte mo ay ang buksan lang ang iyong sarili, na walang pag-aalinlangan, sa lahat ng gustong gawin ng Diyos sa iyo at para sa iyo sa pamamagitan ng Kanyang pagpapala. Nakakasabik makita kung paano tumugon ang Diyos!

09|Mula Sa Mga Anino
Patungo Sa Sikat Ng Araw

Kung sinundan mo ang tagubilin sa nakaraang kabanata, nakatawid ka na mula sa di-nakikitang hangganan. Sa likod mo ngayon ay isang teritoryong nalilimliman ng iba't-ibang uri ng sumpa at nagmula sa iba't-ibang pinanggagalingan. Sa harapan mo naman ay nariyan ang teritoryong ginawang maliwanag ng sikat ng araw na siyang mga pagpapala ng Diyos.

Mayroon kang pamana kay Kristo na naghihintay upang suriin at angkinin. Tingnan muli ang buod ng mga pagpapalang inihayag ni Mioses sa Deuteronomio 28:2-13:

* Karangalan	* Kaunlaran
* Kalusugan	* Katagumpayan
* Pagkamabunga	* Biyaya ng Diyos

Sa pag-ulit mo ng mga salitang ito, hilingin mo sa Diyos na maging totoo at malinaw sa iyo ang pamanang ito. Ang pagpapasalamat sa Diyos para sa bawat parte, ay ang pinakadalisay at pinakasimpleng pagpapakita ng pananampalataya. Kung nagkaroon ka sa buhay mo ng matagal na pakikipagtunggali sa sumpa, maaaring may natira pang madilim na bahagi sa isip mo na hindi agad naitaboy.

Sa pag-ulit mo sa mga positibong salitang ito, na naglalarawan ng pagpapala, ito ay kagaya sa unang sinag ng araw na sumisikat sa madilim na lambak, at lumalaganap ang liwanag sa buong lambak.

Ang pagbabago mula sa madilim patungo sa teritoryong sinisikatan ng araw ay darating sa iba't-ibang paraan. Walang iisang pamantayan para sa lahat. May ilang mga tao na nakaranas agad ng halos madaliang paglaya at parang nakapasok agad sa mga pagpapalang ipinangako sa Kasulatan. Para sa iba, na may pareho din

"... ang pagpapala ay dumarating kay Kristo Hesus lamang. Hindi ito nakakamit sa sarili nating mga kabutihan."

namang tapat na puso, maaaring magkaroon ng mahirap at mahabang pakikipagtunggali, lalo na kung matagal silang nasangkot sa gawain ng kadiliman.

Ang pananaw ng Diyos ay naiiba sa atin. Sa Kanyang kapangyarihan, binibigyan Niya ng halaga ang mga bagay sa sitwasyon na hindi natin alam. Palagi Niyang tinutupad ang Kanyang mga pangako, ngunit, sa maraming kaso, may dalawang bagay na hindi muna Niya ibinubunyag: ang tiyak na paraan kung paano Niya ito gagawin sa bawat buhay, at ang tiyak na oras kung kaylan Niya ito tutuparin.

Kailangan natin tingnang muli ang positibong bahagi ng palitan na isilarawan ni Pablo sa Galacia 3:13-14:

Tinubos tayo ni Kristo mula sa sumpa ng Kautusan, nang Siya ay ginawang sumpa para sa atin, (sapagkat nasusulat, "Sumpain ang sinumang ibinitin sa punong kahoy."), para ang pagpapala ni Abraham ay makamtan ng mga Hentil kay Kristo Hesus, at ang pangako ng Espiritu ay makamtan natin sa pamamagitan ng pananampalataya.

Tinalakay ni Pablo ang tatlong mahalagang katotohanan tungkol sa ipinangakong pagpapala. Una, hindi ito malabo o hindi tukoy. Ito ay tiyak: ang mga pagpapala ni Abraham sa Genesis 24:1. Ang lawak nito ay tinukoy: "Ang pagpapala ng Panginoon kay Abraham ay sa *lahat* ng bagay."

Pangalawa, ang pagpapala ay makakamtan lamang sa pamamagitan ni Kristo Hesus. Hindi ito makakamit ayon sa sarili nating mga kabutihan. Ina-alok lamang ito batay sa relasyon natin sa Diyos sa pamamagitan ni Hesu-Kristo.

Pangatlo, ang pagpapala ay dagdag pang tinukoy bilang "ang pangako ng (Banal na) Espiritu." Lahat ng persona ng pagka-Diyos – Ama, Anak, at Banal na Espiritu – ay magkaka-isa sa kanilang layunin na ibahagi ang lahat na nakamit ng sakripisyo ni

Hesus para sa atin. Dahil napakalaki nito para maunawaan ng ating isipan, kailangan nating

sumalig sa paggabay ng Banal na Espiritu patungo sa kabuuan ng pamanang ibinigay na ng Diyos sa atin at ipakita sa atin kung paano ito maaangkin.

Sa Roma 8:14 binigyan-diin ni Pablo ang kakaibang tungkulin ng Banal na Espiritu: "Sa lahat na pinapatnubayan ng Banal na Espiritu, sila ay mga anak ng Diyos." Ang "pinapatnubayan ng Banal na Espiritu" ay hindi nag-iisa at hiindi minsan lang na karanasan. Ito ay isang bagay na kailangan nating saligan sa bawat sandali habang tayo ay gumugulang.

Ang Banal na Espiritu ay nagbibigay ng pang-unawa sa mga dahilan ng espiritwal na kahadlangan at sa pagsunod sa patnubay na laging mahalaga para sa epektibong pagsulong sa espiritwal na dimension. Sa etnikong bayan ng Iban ng Sarawak sa Silangang Malaysia, ang karamihan sa kanilang kultura ay malakas na naimpluwensiyahan ng paniniwala sa animismo, kasama ang mga sumpa at paggamit ng mga panggayumang bagay para sa proteksyon at mga orasyon na nagmula pa sa kanilang mga ninuno. Ang mensahe ng kalayaan sa pagkaka-alipin sa mga bagay na iyon ay patuloy na nagkakaroon ng madulang epekto sa kanila. Sa ilang mga nayon, habang ang mensahe ay ipinahahayag, marami ang nagsilaya sa mga masasamang espiritu habang ipinapanalangin sila. Sa bawat lugar, isang malaking sako ng "jimats" (mga panggayuma) ang nakolekta na lahat sinunog.

Gayuman, may isang lugar, na kahit matapos gawin ang mga ito, nakakaramdam pa rin ang mga tao ng malakas na impluwensiya na nagmumula sa isang bahay na mahaba na maaayos naman na naaksyunan. Inagapan sila ng Banal na Espiritu na gumawa ng (tinawag nila) "Jericho March" pa-ikot sa bahay na mahaba. Eksakto sa ika-pitong ikot, sumigaw ang pinuno ng "HINTO!" Kaagad isang panggayuma na nakaligtaan nila, ang bumagsak sa sahig at ito pala ang pinakamalakas na panggayuma sa kanilang nayon. Pagkatapos nilang sunugin ito, nagkaroon ng malaking kapayapaan at kagalakan sa kanilang bayan.

Ang parehong kapayapaan at kagalakan ay mapapasa iyo habang natututo kang lumakad ng masunurin sa Banal na Espiritu at mapag-aralan mong bumigkas ng mga pangako ng Salita ng Diyos na may kompiyansa. Sa panalangin ng pagpapalaya sa Kabanata 8, ang unang tinalakay ay ang katotohanang ibinunyag sa Hebreo 3:1: Si Hesus ang "Dakilang Punongpari ng ating pananampalataya." Ang prinsipyong ito ang dapat na nangungunahan sa patuloy nating pakikipag-ugnayan sa Panginoon. Sa bawat sitwasyon na mapuntahan natin, kailangang may angkop tayong banal na kasulatan ng ating pananampalataya na pantugon upang manawagan kay Hesus na ating

Punongpari na patuloy na naglilingkod para sa atin. Sa karamihang sitwasyon mayroon tayong tatlong posibleng paraan para tumugon: gumawa ng positibong pagkumpisal mula sa banal na

kasulatan; walang gawing pagkumpisal; gumawa ng negatibong pagkumpisal na wala sa banal na kasulatan. Kung gagawa tayo ng positibong pagkukumpisal, binubuksan natin ang ministeryo ni Hesus upang tulungan tayo at tugunan ang ating pangangailangan. Ngunit, kung gagawa tayo ng negatibong pagkukumpisal, inilalantad natin ang ating sarili sa pwersa ng kasamaan at demonyo.

"nagpapahiwatig ng isang pagbabago mula sa nagtatanggol na katayuan tungo sa isang pa-atake." Mahalagang makilala natin ang kaibahan ng pagkukumpisal na nagmumula sa Banal na Kasulatan na siyang tunay na pananampalataya at sa minimithi lamang ng isip. Una ang "pagkumpisal" na nakabatay sa Banal na Kasulatan ay limitado sa pahayag at pangako ng Bibliya. Hindi tayo maaaring lumabas dito. Pangalawa, ang pagkukumpisal ay may bisa kung tinupad natin ang nakakabit na kondisyon sa pangako. Hindi ito kapalit ng pagsunod. Pangatlo, ang pagkumpisal ay hindi maaaring bawasan para maging maginhawang "sistema" o "pormula", na pinapagana ng kagustuhan ng tao o sa isip na paniniwala lang. Hindi natin maaaring imanipula

ang Diyos. Ang tunay na pananampalataya na nasa puso ay mula sa Banal na Espiritu, at nagbubunga ito ngmakapangyarihang mga salita na tumutupad kung ano ang ikinumpisal. Ang Hebreo 10:23 ay

humihimok sa atin na magpatuloy sa ating pananampalataya: "Hawakan natin ng husto ang pag-asa ng ating pananampalataya nang walang pag-aalala, sapagkat ang nangako ay tapat."

Gayunman, para mabigyan ng puno, at matagumpay na pagpapahayag ukol sa pananampalataya, may isang konsepto sa Bibliya na dadalhin tayo ng lampas pa sa pagkukumpisal. Ito ay ang "proklamasyon". Ito ay nagmumungkahi ng isang malakas, nakatitiyak na pagpapahayag ng pananampalataya, na hindi maaaring patahimikin ng anumang uri ng paghadlang o pampahina ng loob. Ito ay nagpapahiwatig ng isang pagbabago mula sa nagtatanggol na katayuan tungo sa isang pag-*atake*.

Sa pagmiministeryo namin ni Ruth, madalas kaming tinatanong kung paano namin pinoprotektahan ang aming sarili sa araw-araw. Gumagawa kami ng regular na pagpoproklama ng Salita ng Diyos ng malakas, magkasama man kami o nag-iisa. Sa susunod na mga pahina ay isang deklarasyon na ginagawa namin gabi-gabi bago kami matulog. Inirerekomenda namin na gawin mo ito upang ikaw rin ay maka-alis mula sa mga anino patungo sa sikat ng araw, mula sa sumpa patungo sa kabuuan ng pagpapala ng Diyos.

Deklarasyon Ng Pagtitiwala
Sa Proteksyon Ng Diyos

Walang sandata na ginawa laban sa akin ang uunlad at bawat salita ng paghuhusga na bibigkasin laban sa akin ay kinukondena ko. Ito ang aking pamana bilang lingkod ng Panginoon at ang aking katuwiran ay mula sa iyo, O Panginoon ng mga Hukbo.

Kung mayroon man na nagsalita o nagdasal ng laban sa akin, o nagbalak na manakit sa akin, o tumanggi sa akin, sila ay pinapatawad ko (pangalanan mo ang mga taong alam mo). Dahil pinatawad ko na sila, binibigyan ko sila ng pagpapala sa pangalan ng Panginoon. [1]

Ngayon, idinideklara ko, O Panginoon, na Ikaw at Ikaw lang ang aking Diyos. Maliban sa iyo wala ng iba pa; Isang makatarungang Diyos at Tagapagligtas; ang Ama, Anak at Espiritu at ako'y sumasamba sa Iyo!

Nagpapasakop ako sa Iyo ng panibago sa araw na ito na walang pag-aalinlangang pagsunod. Sa pagpapasakop ko sa Iyo, Panginoon, kikilos ako ayon sa paggabay ng Iyong Salita. Lalabanan ko ang diyablo; lahat ng kanyang panggigipit, ng kanyang pag-aatake, ng kanyang panlilinlang at bawat mga gamit o sugo na gagamitin laban sa akin. Hindi ako magpapasakop! Lalabanan ko siya, itataboy ko siya palayo sa akin at inihiwalay ko siya sa akin, sa pangalan ni Hesus.

Partikular kong lalabanan at itataboy ang mga: kahinaan, impeksyon, sakit, pamamaga, anumang nakamamatay, allergy, mikrobyo, _____ [2] (pangalanan pa ang ibang karamdaman), lahat ng uri ng pagkukulam at lahat ng uri ng kapaguran.

Sa wakas, Paginoon, nagpapasalamat ako dahil sa pamamagitan ng sakripisyo ni Hesus sa krus, naka-alis ako mula sa ilalim ng sumpa at nakapasok sa mga pagpapala ni Abraham, na Iyong pinagpala sa lahat ng bagay: **karangalan,kalusugan, kaunlaran, pagkamabunga, katagumpayan, kabutihang loob ng Diyos at pakikipagkaibigan ng Diyos.**[3]

Amen.

1. Tingnan sa Mateo 5:432-45, Roma12:14
2. Pangalanan ang iba pang karamdaman o espiritu na nararamdaman mong dumarating laban sa iyo.
3. Tingnan sa Galacia 3:13-14, Genesis 24:1

APPENDIX A

Mga Tanong:

PUNUAN ANG MGA BLANGKO

1. Dalawa ang pwersang kumikilos sa buhay ng lahat: pagpapala at sumpa. Ang isa ay kapaki-pakinabang at ang isa ay n_____. Maraming sinasabi ang bibliya tungkol dito.

2. Nais ng Diyos na ang mga tao'y magkaroon ng malinaw na pagkaunawa tungkol dito upang sila ay mamuhay na may p_____ at maranasan ang buong p_____ ng Diyos.

3. Ang pagpapala at sumpa ay sakop ng hindi nakikitang espiritwal na dimesyon. Pareho itong may mga ganitong katangian:
   (a) Maaari itong magpatuloy mula sa isang h_____ tungo sa susunod.
   (b) Ang epekto nito ay maaaring umabot mula sa indibwal na tao tungo sa kanyang mga k_____, ang kanilang l_____, tribo at maging ang buong bansa.

4. Ang pagpapala at sumpa ay may kaakibat na kapangyarihang super-natural, maaaring ang kapangyarihan ng D_____ o ni S_____. D_____ ang pinaka-mataas na pinagmumulan ng lahat ng pagpapala.

5. Ang dahilan kung bakit natanggap ni Abraham ang pagpapala para sa kanyang sarili at sa kanyang mga saling-lahi ay dahil s_____ siya sa tinig ng Diyos na ialay si Isaac, ang kanyang anak, bilang sakripisyo. Kailangan nating pakinggan ang tinig ng Diyos sa pamamagitan ng pakikinig sa naisulat na Salita ng Diyos, ang Bibliya, at s_____ ito.

6. Ang isang paraan upang matanggap ang sumpa ay ang h_____ pakikinig sa tinig ng D_____ at hidi pagsunod dito, ito ay isang r_____.

7. Dinetalye ng Diyos ang 12 sumpa na maaaring maranasan ng mga Israelita sa oras na sila ay makapasok sa Lupang Pangako kapag sila ay hindi sumunod. Ang 12 sumpang ito ay nahati sa 4 na bahagi:
   (a) Pagsamba sa d_____
   (b) H_____ _____ sa magulang
   (c) Mali o hindi natural na p_____
   (d) Kawalang-hustisya sa mga m_____ at nangangailangan

8. Nagbigay babala ang Bibliya laban sa okultismo at ang sangay nitong p_____, kasama dito ang mahika kung saan nakikipag-ugnayan kay Satanas, gayon din ang pagsuway (sa una sa 10 Utos kung saan Diyos lamang ang natatangi at tunay na Diyos.)

ISULAT KUNG "TAMA" o "Mali" ANG MGA SUMUSUNOD

9. Ang mga sumpa ay maaaring maibigay sa'yo ng mga taong nasa kapangyarihan at sa iba pang mga pamamaraan gaya ng mga nakatala sa ibaba.

_____ Mga magulang

_____ Mga Lider

_____ Umaasa sa sarili

_____ Mga nakababatang myembro ng pamilya

_____ Ng iyong pamahalaan

_____ Mga grupo ng relihiyon

_____ Mga guro

_____ Mga lingkod ni Satanas

_____ Ng sarili-sa pamamagitan ng ating mga sinasabi o mga minimithi

_____ Mga lihim na organisayon gaya ng "Free Mason"

10. Sa mga alam mong totoo mula sa mga nakatala sa itaas, alin sa mga sumpang ito, ayon sa Bibliya, ang pinaka-mahirap para sa Diyos na bigyan Niya ng proteksyon ang Kanyang bayan? _____

ISULAT KUNG ALIN SA 7 PALATANDAAN NG POSIBLENG SUMPA ANG KAYLANGAN MONG/MAHAL SA BUHAY NA MAPALAYA?
(maaari kang sumulat ng higit sa apat)

11. Ang pitong palatandaan ng sumpa ay:

- Sakit sa kaisipan
- Paulit-ulit na malubhang karamdaman
- Pagka-baog, o madalas makuna o anumang sakit ng mga babae
- Pagkawasak ng pamilya o pagkaka-watak-watak ng pamilya
- Nagpapatuloy na kakulangan ng pananalapi
- Palagiang pagkakasangkot sa aksidente
- May kasaysayan ng pagpapakamatay at maagang kamatayan o wala sa panahong kamatayan

Pangalan _____
Sumpang kailangang putulin _____
_____

Pangalan_____
Sumpang kailangang putulin _____
_____

Pangalan_____
Sumpang kailangang putulin _____
_____

BILUGAN ANG TAMANG SAGOT

12. Hindi ninanais ng Diyos na manatili ang Kanyang mga lingkod sa ilalim ng sumpa, ito ang Mabuting Balita. Ang ating kalayaan ay magdedepende sa ating:

    (a) *mabubuting gawa*
    (b) *pag-uugali*
    (c) *pag-aaral ng Kanyang Salita*
    (d) *pananampalataya sa ginawang pagtutubos ni Kristo sa krus*

13. Ang pagpapalaya ng Diyos mula sa sumpa ay sumasakop sa mga sumusunod na aspeto ng ating buhay:
    (a) *Ang ating espiritu lamang*
    (b) *Lahat ng aspeto-katawan, kaluluwa at espiritu*
    (c) *Ang kagalingan ng ating katawan*
    (d) *Ang ating kaluluwa*

14. Upang tayo'y mapalaya mula sa sumpa, kaylangan nating:
    (a) *Manalangin*
    (b) *alamin, pakinggan at sundin ang tinig at nasulat na Salita ng Diyos*
    (c) *pakikipag-usap sa isang lider ng iglesya para maipanalangin*
    (d) *pakikipag-usap sa mga ninuno tungkol sa kanilang nakaraan*

ISULAT KUNG "TAMA" O "MALI" ANG MGA SUMUSUNOD

15. Alin ang bahagi ng pitong hakbang na hinihingi ng Diyos upang mapalaya sa mga sumpa?

_____ *Palaging magsimba*

_____ *Bigkasin ang iyong pananampalataya kay Cristo pati na sa Kanyang ginawa duon sa krus para sa'yo*

_____ *Pagsisihan ang iyong pagrerebelde at pagkakasala*

_____ *Tanggapin ang kapatawaran sa lahat mong kasalanan*

_____ *Mapapalaya ka kung gagawa ka ng kabutihan at tutulong sa iba*

_____ *Patawarin ang lahat ng taong nagkasala o nagkamali laban sa'yo*

_____ *Talikuran lahat ng kaugnayan sa okultismo o mga bagay na may kaugnayan kay Satanas*

_____ *Ipanalangin ang mungkahing panalangin ni Derek sa pahina 77*

_____ *Paniwalaan mong natanggap mo at humayo sa pagpapala ng Diyos*

_____ *Buong-pusong pag-aralan ang sampung utos*

PUNUAN ANG MGA PUWANG

16. Nasa a_____ ang desisyon kung nais nating maging malaya. Ang ating magiging desisyon ay makakaapekto sa kinabukasan ng ating mga k_____.

17. Ang kabuuan ng pagpapala ng Diyos na nabanggit sa Deuteronomio 28:2-13 ay ang mga sumusunod:

    P_____
    K_____
    K_____
    P_____y
    P_____r

18. Kung hihingi ka ng tulong mula sa B_____ na E_____, ipapakita Niya sa'yo kung aling bahagi ng iyong buhay ang nangangailangan ng pagpapalaya. Kung gaano kabilis ang kalayaan ay depende sa tao. Kung minsan, ito ay a_____.

19. Kapag nagawa na natin ang mga hakbang tungo sa kalayaan, kaylangan din nating ide_____ ang Salita ng Diyos. Ang deklarasyon ay magiging mabisa lamang kung ating tutuparin ang mga kondisyon na nakakabit sa mga pangako. Ang pagdedeklara ay hindi maaaring maging panghalili sa p_____d.

20. Ang pagdedeklara o pagbibigkas ng malakas ng mga pangako mula sa Salita ng Diyos ay mga s_____g may kapangyarihan. Dapat lagi tayong magpas_____t sa Diyos sa mga pagpapala at tagumpay.

ITALA KUNG ALIN SA PITONG PALATANDAAN NG POSIBLENG SUMPA ANG NARARANASAN MO/NARARANASAN NG IYONG MAHAL SA BUHAY ANG KINAKAILANGAN NG KALAYAAN:

Pangalan _____
Sumpang kailangang putulin _____
_____

Pangalan_____
Sumpang kailangang putulin ___ _____
_____

Pangalan_____
Sumpang kailangang putulin _____

APPENDIX B

Mga Sagot:

Paano Makakalaya Mula sa Sumpa Patungo sa Pagpapala

1. *Nakasasama*
2. *Pagtatagumpay, pagpapala*
3. *(a) henerasyon*
   (c)   Kapamilya, lahi
4. *Diyos, Satanas, Diyos*
5. *Sumunod, sundin*
6. *Hindi, Diyos, rebelyon*

7. *a) diyus-diyusan*
   b) Hindi paggalang
   k) Pagtatalik
   d) mahihina

8. *Pangkukulam*

9. *Tama*
   Tama
   Tama
   Mali
   Tama
   Tama
   Tama
   Tama
   Tama
   Tama

10. *Sarili*

11. *Walang gabay kasagutan*

12. *(d) pananampalataya sa ginawang pagtubos ni Cristo sa krus*

13. *(b) lahat ng aspeto: kaluluwa, katawan, espiritu*
14. *(b) alamin, pakinggan at sundin ang tinig at nasulat na Salita ng Diyos*

15. *Mali*
    Tama
    Tama
    Tama
    Mali
    Tama
    Tama
    Tama
    Tama
    Mali

16. *Atin, kapamilya*
17. *Pagdakila, kalusugan, kasaganaan, pagtatagumpay, pabor*
18. *Banal na Espiritu, agaran*
19. *Ideklara, pagsunod*
20. *Salita, magpasalamat*

Tungkol Sa Autor (may akda)

Si **Derek Prince (1915-2003)** ay ipinanganak sa India sa mga magulang na Briton. Nakapag-aral bilang iskolar ng Griego at Latin sa Kolehiyo ng Eton at sa Universidad ng Cambridge, sa Englatera, meron siyang Fellowship sa Antigo at Modernong Pilosopiya sa Kolehiyo ng King. Nag aral din siya ng ibat-ibang modernong wika, kasama ang Hebreo at Aramaic, sa Universidad ng Cambridge at sa Universidad ng Hebreo sa Jerusalem.

Habang naglilingkod sa Hukbong Pandigmaan ng Briton noong Pangalawang Digmaan sa Mundo, nagsimula siyang mag aral ng Bibliya at naranasan niya ang makaharap si Hesu-Kristo. Dahil sa paghaharap na ito, nagkaroon siya ng dalawang konklusyon: Una, na si Hesu-Kristo ay buhay; pangalawa, na ang Bibliya ay totoo, kailangan, napapanahon na aklat ngayon. Binago ng mga konklusyon ang buong landas ng kanyang buhay, na itinuon niya sa pag-aaral at pagtuturo ng Bibliya.

Ang mahalagang handog ni Derek ay ang pagpapaliwanag ng Bibliya at ang katuruan nito sa maliwanag at simpleng paraan na nakatulong sa pagtayo ng pundasyon ng pananampalataya sa milyon ng buhay. Naiangkop niya ang kanyang mga pagtuturo na nakatulong ng husto sa mga tao mula sa iba't-ibang lahi at relihiyon, dahil hindi niya dinala ang kanyang denominasyon at hindi siya namili ng mga tuturuan.

Siya ay may akda ng mahigit na 50 mga aklat, 600 audyo at 100 video na nagtuturo sa marami na naisalin at nailathala sa mahigit na 100 wika. Ang kanyang araw-araw na pagpapahayag sa radio ay isinalin sa Arabo, Intsik, (Amoy, Kantones, Mandarin, Shanghalese, Swattow) Croatio, Aleman, Malagasi, Mongolyan, Ruso, Samoan, Español, Bahasa, Indonesyan, at Tongan. Ang progama sa radyo ay patuloy na humihipo ng mga buhay sa buong mundo.

Ang Derek Prince Ministries ay patuloy na naglilingkod sa mga mananampalataya sa mahigit na 140 mga bansa sa pamamagitan ng mga turo ni Derek Prince na tumutupad sa mandato na magpatuloy "hanggang bumalik si Hesus". Ito ay pinapatakbo sa pamamagitan ng mga pangmalawakang gawain sa mahigit sa 30 Derek Prince na mga opisina sa buong mundo, kabilang ang mga pangunahing gawain sa Australia, Canada, China, France, Germany, the Netherlands, New Zealand, Norway, Russia, South Africa, Switzerland, the United Kingdom, at ang United States. Para sa kasalukuyang impormasyon tungkol dito at sa iba pang pandaigdig na lokasyon, tingnan sa **www.derekprince.com**

Mga Aklat (sa English) ni Derek Prince

Ang mga aklat na ito ni Derek Prince ay maaaring mabili sa:
Praise Inc.
145 Panay Avenue
1103 Diliman, Quezon City,
Philippines
Ph: 9178141471

Appointment in Jerusalem

At the End of Time

Authority and Power of God's Word, The

Baptism in the Holy Spirit

Blessing or Curse: You Can Choose

Bought with Blood (formerly Atonement)

Burial by Baptism

By Grace Alone

Called to Conquer

Complete Salvation and How to Receive It

Declaring God's Word: A 365-Day Devotional

Derek Prince: A Biography

Destiny of Israel and the Church, The

Divine Exchange, The

Doctrine of Baptisms, The

Does Your Tongue Need Healing?

Empowered for Life (formerly Rules of Engagement)

End of Life's Journey, The

Entering the Presence of God

Expelling Demons

Extravagant Love

Faith and Works

Faith to Live By

Fasting Successfully

Fatherhood

Final Judgment

Foundations for Life (formerly Foundations for Righteous Living)

Founded on the Rock

Gateway to God's Blessing

Gifts of the Spirit, The

God is a Matchmaker
God's Medicine Bottle
God's Plan for Your Money
God's Remedy for Rejection
God's Word Heals
Grace of Yielding, The
Harvest Just Ahead, The
Holy Spirit in You, The
How to Pass from Curse to Blessing
Husbands and Fathers
If You Want God's Best
Immersion in the Spirit
Key to the Middle East, The
Life's Bitter Pool
Life-Changing Spiritual Power (6 Book Compilation)
Living as Salt and Light
Living in God's Abundance (8 Book Compilation)
Lucifer Exposed
Marriage Covenant, The
Objective for Living
Our Debt to Israel
Pages from My Life's Book
Partners for Life
Philosophy, the Bible, and the Supernatural
Power in the Name
Power of Proclamation, The
Power of the Sacrifice, The
Praying for the Government
Promise of Provision, The
Prophetic Guide to the End Times
Protection from Deception
Pulling Down Strongholds
Rediscovering God's Church
Resurrection of the Body
Secrets of a Prayer Warrior
Self-Study Bible Course

Set Apart for God

Shaping History Through Prayer and Fasting

Sound Judgement (formerly Judging)

Spiritual Warfare

Surviving the Last Days

Testing

Thanksgiving, Praise & Worship

They Shall Expel Demons

Three Most Powerful Words, The

Through Repentance to Faith

Through the Psalms

Transformed for Life (9 Book Compilation)

Transmitting God's Power

Two Harvests, The

Ultimate Security

War in the Heavenlies

Where Wisdom Begins

Who Cares for Orphans, Widows, the Poor and Oppressed?

Who is the Holy Spirit?

Will You Intercede?

You Matter to God

You Shall Receive Power

>> DPM Offices

Para sa karagdagang impormasyon tungkol sa Derek Prince Ministries o upang makakuha mga araling materyales ni Derek Prince, makipag-ugnayan sa pinakamalapit na opisina ng DPM sa iyo.

DPM-PHILIPPINES
Phone: +63 56 211 0294 or +63 09 1659 42114
Email: dpmphilippines@yahoo.com

PRAISE INC
145 Panay Avenue
1103 Diliman, Quezon City,
Philippines
Ph: +63 9178141471